கபர்

கே.ஆர். மீரா

தமிழில்

மோ. செந்தில்குமார்

எதிர் வெளியீடு

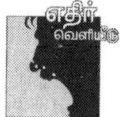

கபர்
கே.ஆர். மீரா
தமிழில்: மோ. செந்தில்குமார்

முதல் பதிப்பு: ஆகஸ்ட் 2022
இரண்டாம் பதிப்பு: ஜூன் 2024
மூன்றாம் பதிப்பு: டிசம்பர் 2025

எதிர் வெளியீடு,
96, நியூ ஸ்கீம் ரோடு, பொள்ளாச்சி - 642 002
தொலைபேசி: 04259 226012, 99425 11302

விலை: ரூ. 180

Qabar
K.R. Meera
Translated by M. Senthilkumar

Copyright © K.R. Meera

First Edition: August 2022
Second Edition: June 2024
Third Edition: December 2025

Published by
Ethir Veliyeedu, 96, New Scheme Road, Pollachi - 2
email: ethirveliyedu@gmail.com
www.ethirveliyeedu.com

ISBN: 978-93-90811-33-5
Cover Design: Santhosh Narayanan
Printed at Jothy Enterprises, Chennai.

All rights reserved. No part of this book may be reprinted or reproduced or utilised in any form or by any electronic, mechanical or other means, now known or hereafter invented, including photocopying and recording, or in any information storage or retrieval system, without permission in writing from the Publisher.

மோ. செந்தில்குமார்
மொழிபெயர்ப்பாளர்

கோவை அரசு கலைக்கல்லூரியில் தமிழ்ப்பேராசிரியராகப் பணியாற்றிவரும் மோ. செந்தில்குமார், ஆய்வாளராக, 'பெயல்' என்ற நேர்மையான ஆய்விதழின் முதன்மை ஆசிரியராக இயங்கிவருகிறார். கே.ஆர். மீராவின் ஆகச்சிறந்த படைப்பாகப் போற்றப்படும் சாகித்திய அகாதெமி விருதுபெற்ற 'ஆராச்சார்' புதினம் இவரால் மொழிபெயர்க்கப்பட்டு சாகித்ய அகாதெமியால் வெளியிடப்பட்டுள்ளது. மலையாளத்திலிருந்து சிறுகதைகள், கவிதைகள் பலவும் இவரால் மொழிபெயர்க்கப்பட்டு இலக்கிய இதழ்களில் வெளிவந்து கொண்டிருக்கின்றன.

மொழிபெயர்ப்பாளர் முன்னுரை

'சொல்வதற்கு ஒரு கதை இருப்பதாலன்று, கதை. கதையைச் சொல்வதற்கு உயிர்ப்பான கதைப்பாத்திரங்களைக் கண்டுபிடிப்பதில்தான் இருக்கிறது' என்ற கே.ஆர். மீராவின் முன்னுரை வாசகத்திற்குக் கடுகளவும் குறைவற்ற கதைப்பாத்திரங்களால் மிகச்செறிவாக அமைந்திருக்கிறது *கபர்* புதினம். இன்னும் துல்லியமாகச் சொல்லப்போனால், ஒவ்வொரு வரியிலும் கதையில் பங்கெடுத்துக்கொள்வதற்கும், தனக்கான ஒரு கதையை எழுதிக்கொள்வதற்கும் வாசகருக்கு இடமளித்துப் புதிர்த்தன்மை நிறைந்த ஒரு வாசிப்பு அனுபவத்தை ஈட்டித்தரும் உச்சத்தைச் சாத்தியப்படுத்தியிருக்கின்றது *கபர்.*

மலையாள எழுத்தில் தனித்துவமும் ஆளுமையும் மனவலிமையும் கொண்ட பெண் கதைப்பாத்திரங்களைக் கட்டமைப்பதில் கே.ஆர். மீராவின் படைப்பாளுமையைக் கொண்டாடாதோர் இருக்க முடியாது. *கபர்* புதினத்தில் கதைசொல்லியாக வரும் பாவனா என்ற பெண் கதைப்பாத்திரம் கே.ஆர். மீராவின் படைப்பாளுமைக்கு மற்றுமொரு சான்றாக அமைந்துள்ளது. பாவனாவின் தாய் கதைப்பாத்திரம் பாவனாவின் சுயமரியாதைக்கான அடித்தளமாக அமைவது பெண் பெண்ணிலிருந்தே தன்னை வலுவூட்டிக்கொள்ளும் மேலும் ஒரு தனிச்சிறப்பு.

அழகான எட்வர்டு ரோஸ் மலரின் நறுமணம் நிரம்பிய மாய யதார்த்த பாணியில் அமைந்த இந்தச் சின்னஞ்சிறு புதினத்துக்குள் நுழையும் வாசகர் பெண்நிலைவாதச் சிந்தனையின் உறுதியான வெளிப்பாட்டையும் ரத்தம் கக்கிச் செத்துப்போகும் ஆதிக்கக் காதலின் பெருவலியையும் மாய யதார்த்தக் காதலின் பேரானந்தத்தையும் சட்டத்தின் நீதியின் முகங்களையும் மதமும் மனிதனும் பற்றிய

எண்ணங்களையும் மனித வாழ்க்கை குறித்த தத்துவச் செறிவான சிந்தனைகளையும் எதிர்கொள்வர்.

'சராசரியைவிட அதிகமான அறிவும் பாண்டித்தியமும் சமூகத்திற்கு என்றும் தலைவலிதான்' என்ற நிதர்சனத்திற்கு மாற்றாக மதம் கடந்த பார்வையும் மனிதத்தின்மீது நம்பிக்கையும் கொண்ட தத்துவத் தேடலாக காக்கசேரி பட்டதிரியையும் மதம் சார்ந்த தன்னுடைய உணர்வுகளைச் சமூகத்தின் விருப்பமாக மாற்ற மறுக்கும் ஒரு மேம்பட்ட மனிதத்தன்மை கொண்ட கண்கட்டு வித்தைக்காரனாக கயாலுதீன் தங்ஙளையும் இக்கதைக்குள் படைத்து உலவவிட்டுள்ளார். இக்கதைப்பாத்திரங்களின் பார்வையும் மொழியும் சமகால மதவெறித்தனங்களின் குரூரத்தையும் அதன் பாதிப்புகளையும் சிந்திக்க வைக்கின்றன.

இந்தக் *கபரைத்* தோண்டத் தோண்ட ஆங்காங்கே வெளிப்படும் வரலாறுகளும் அதனோடு ஒன்றுகலக்கும் தொன்மங்களும் கூடிச்சேர்ந்த மாய யதார்த்தக் கதைக்குள் தேடிக் கண்டடையத் தெளிவுகள் நிறைய உண்டு. வாசகரின் உளப்பாங்கும் பார்வையும் கொண்டுள்ள விரிவுகளைப் பொறுத்து ஒவ்வொரு சொல்லுக்குள்ளும் புதைத்து வைக்கப்பட்டிருக்கும் புதிர்த்தன்மை நிறைந்த இரண்டாம் நிலைப் பொருண்மைகள் சமகாலத்திய சமய அரசியல் காழ்ப்புகளையும் பொதுப்புத்தியில் வீழ்ந்து மரித்துப்போகும் வெகுமக்களையும் குறித்துச் சிந்திக்கச் செய்கின்றன.

உண்மை உலகமும் மாய உலகமும் ஒன்றுகலக்கும் இரட்டைப் பரிமாணம் கொண்ட இக்கதைக்குள் உலவும் 13ஆம் நூற்றாண்டின் தொன்மமான யோகீஸ்வரன் மாமாவும் நிலத்தில் கால் படாத பிள்ளைகளாக வரும் தேவதைகளும் பாவனாவின் உலகத்தில் நடக்கும் மாயாஜாலங்களும் கதைக்கு வேறொரு பரிமாணத்தைக் கொடுக்கின்றன.

எத்தனை சொல்லியும் நிறைவுறாத திறப்புகளைக் கொண்டிருக்கும் கலைத்தன்மை செறிந்த *கபரு*க்குள் கண்ணுக்குத் தெரியாத பல பாதைகள் திறந்துகொள்கின்றன. எந்தப் பாதையில் செல்வது

எந்தப் பாதையைக் கைவிடுவது என்ற குழப்பமான மனநிலையில் தடுமாறும்போது ஏற்படும் கலையின்பம் அபூர்வமானது.

மலையாள மொழியில் சமகாலத்திய படைப்புலகில் தனித்துவமான பெண்மொழிப் பாதையை உருவாக்குபவர் கே.ஆர். மீரா. அவரது எழுத்தின் உச்சமாகக் கருதப்படும் *ஆராச்சார்* புதினத்தை மொழிபெயர்த்த கையோடு கபருக்குள் வீழ்ந்து மரித்துப்போனதன் இன்பத்தைச் சிறிது உங்களோடு பகிர்ந்துகொண்டேன். உங்கள் வாசிப்பு வெளிக்கு இடமளித்து நகர்ந்துகொள்கிறேன்.

கபரை மொழிபெயர்ப்பதற்கு வாய்ப்பளித்தும் அவ்வப்போது ஏற்படும் சந்தேகங்களைத் தீர்த்துவைத்தும் மொழிபெயர்ப்புச் செம்மையுற உதவிய எழுத்தாளர் கே.ஆர். மீரா அவர்களுக்கும் மிகுந்த ஆர்வத்துடன் இப்புதினத்தை வெளியிடும் திறமான புலமையெனில் தமிழ்மொழியில் பெயர்தல் வேண்டும் என்ற நோக்கம் கொண்ட எதிர் வெளியீட்டாருக்கும் எனது நெஞ்சார்ந்த நன்றிகள். எனது மொழிபெயர்ப்புப் பணியில் உவக்கும் என் பேராசிரியர் சிற்பி ஐயாவுக்கும் இந்த மொழிபெயர்ப்பை மூலத்துடன் ஒப்பிட்டு வாசித்துக் கருத்துரைத்த தோழமை பேராசிரியர் ப. விமலா அவர்களுக்கும் வாசிப்புத் தடைகளைக் கண்டு சுட்டிய தோழமை பேராசிரியர் எம். புவனேஸ்வரி அவர்களுக்கும் உள்ளம் நிறை நன்றியும் அன்பும்.

12.06.2022
கோயம்புத்தூர் – 29

மோ. செந்தில்குமார்
90420 33413
senthiephoto@gmail.com

ஒன்று

மூதாதையின் கபர்* இடிக்கப்பட்டதைக் குறித்ததாக இருந்தது அவனுடைய சிவில் வழக்கு. நான் முந்தைய நாளே அதை வாசித்துப் பிரச்சினைகளைப் பட்டியலிட்டிருந்தேன். அப்போதெல்லாம் எந்தப் பிரச்சினையும் இருக்கவில்லை. காலை ஒன்பது மணிக்கு ரோல் கால்† நேரத்திலும்கூட எல்லாம் சரியாகத்தான் இருந்தது. வழக்கை விசாரணைக்கு எடுத்தபோதுதான் எல்லாம் தலைகீழாகப் புரண்டது. பெயரைக் கூப்பிட்டதும் கண்ணில் ஒரு குத்து வாங்கியது போலத் துடித்துப்போனேன். சிறிது நேரம் எல்லா இடத்திலும் இருள் நிறைந்தது. முன்பு எப்போதும் வந்திராத மதிமயக்கம். நான் மாவட்ட நீதிபதி என்பதும் நீதிமன்ற அறையில் இருக்கிறேன் என்பதும் மறந்துபோனது. யோகீஸ்வரன் மாமா மட்டுமே இருந்தார், மனதில்.

யோகீஸ்வரன் மாமா எங்களுடைய மூதாதை. அவருடைய காலம் வரைக்கும் எங்களுடைய காரணவர்‡ யாரும் வீட்டில் படுத்த படுக்கையாகக் கிடந்து சாகவில்லை என்பது ஐதீகம். வயதாகிவிட்டது என்று

★ இறந்தவர்கள் புதைக்கப்பட்ட இஸ்லாமியர்களின் கல்லறை.
† வழக்குகளில் எந்தெந்தத் தரப்பினர் ஆஜராகிறார்கள், யார் ஆஜராகவில்லை என்பதைத் தெரிந்துகொள்வதற்காக நீதிமன்றம் தொடங்கும்பொழுது எடுக்கப்படும் வருகைப்பதிவு நடைமுறை.
‡ மூத்த தாய்வழி மாமா. 'தாரவாடு' என்று அழைக்கப்படும் தாய்வழி கூட்டுக் குடும்பங்களின் தலைவர்.

தோன்றும்போது அவர்கள் குடும்ப ஆட்சியதிகாரத்தை உரியவர்களிடம் ஒப்படைத்துவிட்டுக் காசிக்குப் புறப்பட்டுவிடுவார்கள். போனவர்கள் திரும்பி வந்ததில்லை. ஒருவேளை போகின்ற நடுவழியிலேயே இறந்துவிடுவார்கள். இல்லையென்றால் காசியை அடைந்து, இறக்கும் வரையிலும் அங்கே வாழ்ந்து, இறுதியில் கங்கையில் ஐக்கியமானார்கள். வழியில் இறந்தாலும் பலன் மோட்சம்தான். அதனால், காசிக்குப் போனவர்கள் யாருக்கும் நாங்கள் இறப்புச்சடங்கு செய்ததில்லை. ஆனால், ஒருவர் மட்டும் காசியிலிருந்து திரும்பி வந்தார். அவர்தான் யோகீஸ்வரன் மாமா. அழுதும் அரற்றியும் காசிக்கு அனுப்பிவைத்த மூத்த மருமகன், ஐந்து ஆண்டுகள் கழித்து ஒருநாள் காலையில் எழுந்து முகம் கழுவிவிட்டுப் பார்த்தபோது யோகீஸ்வரன் மாமா வாசலில் நின்றிருந்தார். முன்பைவிடத் திடகாத்திரமான உடலோடு. முன்பைவிடப் பொலிவு பெற்றிருந்தார். அவருடன் இன்னும் இரண்டுபேர் இருந்தனர். இரண்டு பெண் பிள்ளைகள். அந்நியர்கள். பேரழகிகள்.

இந்தக் கதை, நான் குழந்தைப் பருவத்தில் கேட்டது. அப்போதே மறந்துபோய்விட்டேன். ஆனால், புதைகுழிக்குள் இருந்து ஒரு ஆள் எழுந்து வருவது போன்ற நினைவு மனதிலிருந்து எழுந்து வந்தது. நேராக முன்னால் வந்தார். நிலத்தில் புரளும் சடையும் முழங்காலளவு வளர்ந்த தாடியுமாக உற்றுப் பார்த்துக்கொண்டு நின்றார். நான் தடுமாற்றமடைந்தேன். பழைய கதையை நினைப்பதற்கு நேரமும் இருக்கவில்லை. ஒவ்வொரு நிமிடமும் விலைமதிப்பற்றதாக இருந்தது. ஒன்றன் பின் ஒன்றாகப் பத்து இருபது வழக்குகள். அதுமட்டுமல்லாமல், அத்வைத்தின் பள்ளிக்கூடத்தில் புரோக்ரஸ் ரிப்போர்டிங் நாளும்கூட. ஐந்தரை மணிக்கான கடைசி அப்பாயிண்ட்மெண்ட்டை நான் கேட்டு வாங்கியிருந்தேன். ஐந்து மணிக்குப்

புறப்பட்டால் சரியான நேரத்துக்குச் சென்றுவிடலாம். பிரச்சினைக்குரியவன் பையன்தான். கிளினிகல் சைக்காலஜிஸ்ட்டிடம் குறிப்பிட்ட இடைவெளிகளில் கலந்துரையாடுவது முக்கியம். இந்தக் காரணங்களால், பிற்பகல் அமர்வை நான் ஒன்றரைக்கே தொடங்கினேன். அந்தச் சமயத்தில்தான் ஒரு நறுமணம் பரவியது. பழகிய வாசனையாக இருந்தது. இனியதாகவும் இருந்தது. எட்வர்டு ரோஸ் மலர் இல்லையா? அதனுடைய வாசனை. மெல்ல மெல்ல அது கடுமையானது. தலை கனப்பது போன்று தோன்றியது. மனம் பிடிமானத்தை இழந்தது. மாலை அறுந்து சிதறிய முத்துக்களைப் போலக் கவனம் பல வழிகளில் உருண்டோடியது. மதியத்துக்குப் பிந்தைய முதல் வழக்கை ஒருவாறு முடித்தேன். இரண்டாவதும் மூன்றாவதும் மேல் முறையீடாக இருந்தன. இரண்டாவது வழக்கின் வாதம் நினைத்ததைவிட நீண்டது. மூன்றாவதில், எதிர்த்தரப்பு வக்கீல் வாதத்தைத் தொடங்கினார். ஐந்து நிமிடங்கள் ஆவதற்கு முன்பே அதை அடுத்த நாளுக்கு நீட்டிக்க முடியுமா என்று அவர் கேட்டார். இப்படியாக இறுதி வழக்குக்கு வந்துசேர்ந்தேன். ஆசைப்பட்டது போலவே, நான்கு மணிக்கே. எனக்குக் கொஞ்சம் பாரம் குறைந்ததாக உணர்ந்தேன்.

அன்றைய கடைசி வழக்கு. அதாவது, OS 2/2019 வாதி: காக்கசேரி கயாலுதீன் தங்ஙள்; பிரதிவாதி: சலாகுதீன் தங்ஙள் முதற்பெயர். வாதியை விசாரிப்பதாக இருந்தது. ரோல் கால் சமயத்தில் இருந்த பரபரப்பில் ஆளை நான் பார்க்கவில்லை. அதனால், வழக்கு அழைக்கப்பட்டபோது வட்டத்தொப்பியும் இடதுபக்கமாக உடுத்திய வேட்டியும் பெல்ட்டும் மீசை இல்லாத தாடியுமாக ஒரு வழக்கமான மாப்பிள்ளை முஸ்லீமை எதிர்பார்த்தேன். அதிலிருந்து எல்லாமே பிசகிப்போனது. ஒரு வசீகரமானவன் கூண்டில் ஏறி நின்றான். ஏனோ, என் கவனம் சிதறிவிட்டது. மாவட்ட

கூடுதல் நீதிபதி பதவி கிடைத்ததைச் சொல்வதற்காக அம்மாவைப் பார்க்கச் சென்றது நினைவுக்கு வந்தது. அம்மா பரபரப்பாக இருந்தார். தலையில் வெட்டுப்பட்டு மூளை சற்று வெளியே வந்த ஒரு நாயின் காயத்துக்குக் கட்டுப் போட்டுக்கொண்டிருந்தார். முன்னரே கட்டியதை அவிழ்ப்பதற்கு மருத்துவர் முயற்சி செய்தார். நாய் துடித்துக் குதித்தது. அம்மா அவனுடைய வயிற்றில் கை சேர்த்து நேராக நிமிர்த்தி, காதோடு முகம் சேர்த்துக் கொஞ்சினார். அதற்கிடையில், நான் நியமன உத்தரவை அம்மாவுக்கு வாசிக்க வசதியாகப் பிடித்துக் காண்பித்தேன். படித்தபோது, அம்மாவின் முகம் மலர்ந்தது. கண்கள் நிறைந்தன. இருந்தாலும், குறிப்பாக ஒரு விசயத்தை மட்டுமே சொன்னார்:

"இ.எம்.எஸ்.* சொன்னதை மறந்துவிடாதே."

"இ.எம்.எஸ். என்ன சொன்னார்?"

கட்டை அவிழ்த்துக்கொண்டே மருத்துவர் சுதிர் கேட்டார். ரத்தமும் மருந்தும் ஒட்டிப்பிடித்திருந்ததால் நாய்க்கு வலியாக இருந்தது. அது ஒரு குழந்தையைப் போல முனகியது. அம்மா, நாய்க்கு வயிற்றில் சொறிந்து கொடுத்து அவனைச் சமாதானப்படுத்திக்கொண்டு, தன் நினைவிலிருந்து தங்குதடையின்றி எடுத்துச்சொன்னார்:

"நன்றாக உடுத்திய பெருவயிறனான பணக்காரனுக்கும் மோசமாக உடுத்திய படிப்பறிவற்ற ஏழைக்கும் இடையில் நீதியை நிர்ணயிக்கும்போது இயற்கையாகவே நீதிமன்றம் முதலில் சொன்னவனுக்குச் சாதகமாக நடந்துகொள்கிறது."

அது நடந்தது நான்கு வருடங்களுக்கு முன்பு. நீதிபதியின் இருக்கையில் உட்காரும் முன்பே, நான் என்னிடம் கேட்ட கேள்வியும் அதுதான்: "நான் இயற்கையாகவே சாதகமாக நடந்துகொள்ளப்போவது

★ இ.எம்.எஸ். நம்பூதிரிபாடு.

பெருவயிறனான பணக்காரனுக்கா? சுண்டிச் சுருங்கிய ஏழைக்கா?” ஆடைக்கும் நீதிக்கும் இடையிலுள்ள உறவைப்பற்றி அன்றுமுதல் சிந்தித்துக்கொண்டிருந்தேன். நான்கு வருடத்திய அனுபவத்தில் இருந்து ஒன்றை உறுதியாகச் சொல்லலாம்: நீதி மறுக்கப்பட்டவனுக்கு வெளித்தோற்றத்தில் பெரிதாகக் கவனம் இருக்காது. அவனுடைய உடுப்புகள் அழுக்கடைந்திருக்கும். முகம் வியர்த்தொழுகியிருக்கும். வேறொருவரின் சொத்தையோ சந்தோசத்தையோ தட்டிப் பறித்தவன் அப்படியிருக்கமாட்டான். அவன் நன்றாக உடுத்துவான்; அலங்கரித்துக்கொண்டிருப்பான். ஆடை அலங்காரம் ஒரு கண்கட்டு வித்தை. உள்ளே இருக்கும் தன்னை மறைத்துக்கொண்டு வெளியே இருக்கும் தன்மேல் கவனத்தை ஈர்ப்பதற்கான மிகவும் நல்ல வித்தைதான் அது.

காக்கசேரி கயாலுதீன் தங்ஙளுக்கு நல்ல டிரஸ் சென்ஸ் இருந்தது. பாப் இந்தியாவின் சில்க் லினன் நேரு ஜாக்கெட்; ஆரஞ்சு சில்க் குர்த்தா; ஷான் கானரி★யின் உருவம்; கமலஹாசனின் கண்கள்; அசாதாரணமான தன்னம்பிக்கை. நறுமணம் கடுமையாகிக்கொண்டிருந்தது. அதைக்கொண்டுதான் அதன் உறைவிடத்தைத் தெரிந்துகொண்டேன். எனது கண்கள் அவனுடைய கண்களை எதிர்கொண்டன. அவனுடைய கண்களில் அசாதாரணமான ஒளி இருப்பதைக் கண்டேன். திரும்பவும் ஒருமுறை பார்த்தபோது அவனுடைய கருவிழிகள் ரத்தினங்களைப் போலத் தோன்றின. நீண்ட கண்ணிமைகளை அவை வசீகரமாக ஒளிரச் செய்தன. பார்வையைத் திரும்ப எடுத்துக்கொள்ள நான் முயற்சி செய்தேன். முடியவில்லை. அவனுடைய கண்கள் இரண்டு ஸ்படிகங்கள் ஆயின. அவை மாலை வெயிலை எண்ணிக்கையற்ற வானவில்களாக்கின. எனக்குத் தலை கனத்தது. ஒரு கட்டத்தில் நான் கண் சிமிட்டினேன்.

★ ஸ்காட்லாந்து நாட்டு நடிகர். ஜேம்ஸ்பாண்டாக நடித்தவர்.

பார்வையை மாற்றினேன். அவனைப் பார்ப்பதற்குப் பதிலாக அவனுடைய விலையுயர்ந்த வக்கீலைப் பார்த்தேன். போரிடுகின்ற வானவில்களுக்கு இடையில் வக்கீலின் முகம் மறைந்துபோனது. நான் பார்வையை எதிர்த்தரப்பு வக்கீலுக்கு மாற்றினேன். அவனுடைய தலையோ 'Ո' வடிவமுள்ள வானவில்லாக இருந்தது. நான் கையில் இருந்த ஆவணத்தை வாசிப்பதற்கு முயற்சித்தேன். அடர்பச்சை உல்லன் துணியாலான மேசை விரிப்பின்மேல் அத்வைத்தின் மல்டிரெஃபரன்ஸ் ஆப்ஜெட்டுகளைப் போல வானவில்கள் சிதறிக்கிடந்தன. நான் கண்களை மூடித் திறக்கவும் தலையைக் குலுக்கவும் செய்தேன். ஒரு வேறுபாடும் இல்லை. எல்லா இடத்திலும் வானவில்கள். தட்டச்சரும் அலுவலக உதவியாளரும் தட்டச்சுப்பொறியும் அழைப்பு மணியும் எல்லாமே வானவில்கள். நான் பின்பக்கம் பார்த்தேன். சுவரில் தொங்கவிடப்பட்டிருந்த காந்தியின் கண்ணாடிச் சட்டமும்கூட வானவில்.

ஏழு நிறங்கள் ஏழாயிரமாக என்னுடைய கண்களை ஆக்கிரமித்தன. ரத்த அழுத்தம் கூடியது. மண்டையோடு உடைந்து மூளையும் கண்களுக்குள்ளிருந்து கருமணிகளும் தெறித்தன. நீதிமன்றத்தின் வாயிலும் சுவர்களும் இடிந்து விழுந்தன. நான் மட்டும் உயர்ந்து மிதந்தேன். பச்சைநிற உல்லன் துணியாலான மேசை விரிப்பு விரிக்கப்பட்டதும் 'மாவட்ட கூடுதல் நீதிபதி பாவனா சச்சிதானந்தன்' என்ற பெயர்ப்பலகை வைக்கப்பட்டதும் 'ஓர்க் ஈஸ் ஓர்ஷிப்' என்று எழுதிய பேப்பர் வெயிட்டுக்கும் கீழே வழக்கு கோப்புகள் அடுக்கி வைக்கப்பட்டதும் அத்வைத்தின் முகம் பிரிண்ட் செய்து ஒட்டிய பேனா ஹோல்டர் உள்ளதுமான மேசையும் நாற்காலியும் ஆகாயத்தில் மிதந்தன. மேசையின் மேல் யாரோ ஒருவர் கொரண்டிப் பலகை ஒன்றை வைத்தார். அதன் மீது ஒரு கரைபோட்ட துண்டை விரித்தார். யோகீஸ்வரன் மாமா அதன் மீது

ஏறி நின்றார். யோகீஸ்வரன் மாமாவின் பாதங்களை நான் தெளிவாகப் பார்த்தேன். நடந்து நடந்து தேய்ந்துபோய் இருந்தது. பிளந்து வெடித்திருந்தது. கால் பாதங்களில் கண்டங்களின் வரைபடங்கள் பதிந்திருந்தன. இரண்டு பக்கங்களிலும் இரண்டு பெண் பிள்ளைகளின் பாதங்களும் இருந்தன. அவை பலகையில் பதியவில்லை. அவற்றில் அழுக்கு இல்லை. அவை காற்றில் நடந்தவையாக இருந்தன. இப்போது மலர்ந்த எட்வர்டு ரோஸ் மலர்களைப் போன்று, இப்போது பெற்றெடுத்த இரட்டைக் குழந்தைகளைப் போன்று, இரண்டு ஜோடி பாதங்கள். தொடுவதற்கு ஆசை தோன்றியது. நான் கைகளை நீட்டினேன்.

கண் திறந்தது மருத்துவமனையில்தான். உணர்வு மெதுவாக ஒளிவிட்டது. நினைவுகள் மனமில்லா மனத்தோடு விழித்தெழுந்தன. சிஸ்டம் முழுமையாகச் செயல்படுவதற்கு ஓரிரு நிமிடங்கள் எடுத்துக்கொண்டது. ஒரு இறைச்சலோடு ஒவ்வொரு இணைப்பும் உயிர்பெற்றது. ‘என்னோட பையன்’, ‘அவனோட ஸ்கூல்’, ‘பி.டி.ஏ’, ‘புரோக்ரஸ் ரிப்போர்ட்’ என்றெல்லாம் நான் கலங்கினேன். அத்வைத் எனக்காகக் காத்துக்கொண்டு பள்ளிக்கூடத்திலேயே இருப்பானோ என்று பதற்றமடைந்தேன். ஏ.டி.எச்.டி. உள்ள குழந்தை அவன். சில நேரங்களில், என்னைத் தவிர வேறு யாருக்கும் கட்டுப்படாதவன். நான் காற்றில் இலை போல நடுங்கினேன். மேசையின் மேல் கைப்பையைப் பார்த்ததும் நான் அதை எடுத்துக்கொண்டு வெளியே ஓடினேன். கானுலயில் *(cannula)* மாட்டிவைத்திருந்த டியூப் இழுத்து டிரிப் மாட்டிவைத்திருந்த ஸ்டேண்ட் விழுந்தது. கானுல பிரிந்து ரத்தம் கொட்டியது. அப்போது சுருக்கெழுத்தர் ரோஸியும் அலுவலக உதவியாளர் செலீனாவும் ஓடிவந்தனர். செவிலியர்களும் பாய்ந்து வந்து ஸ்டேண்டை நேராக வைத்தனர். என்னுடைய கையில் பிளாஸ்டரையும் ஒட்டினர்.

செலீனா என்னைச் சேர்த்தணைத்தார். மாவட்ட நீதிபதி என்பதை மறந்து நான் அவருடைய தோளில் தலைசாய்த்து ‘என்னோட குழந்தை’, ‘என்னோட குழந்தை’ என்று புலம்பினேன்...

“மேடம் வருத்தப்படாதீங்க, மகனை ரோஸி பிக்அப் பண்ணி வீட்டுல கொண்டுபோய் விட்டுட்டாங்க.”

செலீனா துப்பட்டாவால் என் கண்ணீரைத் துடைத்து விட்டார்.

“மஞ்சு, வீட்டில் இருக்காங்களா? இல்லை போய்ட்டாங்களா?”

“மஞ்சு இன்னிக்குப் போகமாட்டாங்க, மேடம். வீட்டில் ஒரு பிரச்சினையும் இல்லை.”

“உங்களுக்கெல்லாம் சிரமமாப் போச்சு, இல்லையா?”

“என்ன சிரமம்? மேடத்துக்குப் பிரச்சினை ஒண்ணும் இல்லாம இருந்தாப் போதும்.”

“என்ன நடந்துச்சுனே தெரியல. திடீர்ன்னுதான் எல்லாம் வானத்துக்கு உயர்ந்து போனதுபோல இருந்துச்சு.”

“மேசைமேல மயங்கி விழுந்ததத்தான் நாங்க பார்த்தோம்.”

“என்னெ இங்க கொண்டுவந்து ரொம்ப நேரம் ஆச்சா?”

“இரண்டரை மணி நேரம், அவ்வளவுதான்.”

“அவ்வளவு நேரம் நான் சுயநினைவில்லாம கெடந்தேனா?”

“சரியா நாலு மணிக்குத்தான் வழக்கு கூப்பிட்டீங்க. ரண்டு செகண்ட் கூட ஆகல, மேடம் விழுந்துட்டீங்க. பத்து நிமிடத்துல நாம ஹாஸ்பிடல் வந்துட்டோம். டாக்டர பார்க்கறபோது சரியா நாலு பதினஞ்சு.”

நான் கட்டிலின் தலைமாட்டில் முழங்கை ஊன்றிச் சாய்ந்து உட்கார்ந்தேன். அப்போது டாக்டர்

ஸ்மிதாராணி உள்ளே வந்தார். "எல்லாம் ஓகேதானே, மேடம்?" என்று விசாரித்தார்.

"அப்படித்தான் தோணுது."

நான் சிரிக்க முயற்சித்தேன்.

"தோணுதுன்னில்லை. எல்லாம் நார்மலாத்தான் இருக்கு."

"அப்புறம் எனக்கு என்னதான் ஆச்சு?"

"வந்த போது B.P. ரொம்ப குறைவா இருந்துச்சு. நாளைக்கும் நாளை மறுநாளும் விடுமுறைதானே. நல்லா ஓய்வெடுங்க. ஏதாச்சும் பாட்டு கேட்டு, காமெடி சினிமாவெல்லாம் பார்த்துக் கொஞ்சம் மன அழுத்தத்தக் குறைங்க."

"அப்படியானா நான் வீட்டுக்குப் போகட்டுமா?"

"உடனே போகணும். நல்லா இருக்கறவங்க எங்களுக்கு வேண்டாம்."

எல்லோரும் சிரித்தனர். ஆனால் எனக்குச் சிரிப்பு வரவில்லை. கண்ணில் ஏதோ பதிந்திருந்தது. அந்த வானவில்லின் ஒரு துண்டு. பார்க்கும் இடத்திலெல்லாம் அதனுடைய மங்கிய நிறங்களைப் பார்த்தேன். குறிப்பாக அசாதாரணமான அந்த ஊதா நிறம்.

அதன்பிறகு குடியிருப்பை அடைவதற்கு இன்னும் ஒரு மணி நேரம் ஆனது. ரோஸிதான் கார் ஓட்டினார். பள்ளிச்சீருடையை மாற்றாமலும் புத்தகப்பையைக் கழற்றி வைக்காமலும் அத்வைத் வாசல்படியில் சத்யாகிரகம் நடத்திக்கொண்டிருந்தான். செலீனாவின் தோளில் சாய்ந்து கீழே இறங்கியதும் அவன் ஓடிவந்து என்னைப் பிடித்து உலுக்கினான். நெஞ்சிலும் தலையிலும் அடித்தான். 'அம்மா மோசம்', 'பிராமிஸ மீறிட்டாங்க', 'பொய் சொல்லிட்டாங்க'

என்றெல்லாம் ஏங்கி அழுதான். - அப்புறம்தான் என் கையில் இருந்த கட்டைப் பார்த்தான். அப்படியே கட்டிப்பிடித்து உடைந்து அழுதான்; நிலத்தில் உருண்டான். 'எங்கம்மாவுக்கு என்ன ஆச்சு', 'எங்கம்மா செத்துப்போயிருவாங்களா', 'எனக்கு அப்புறம் யாரு இருக்காங்க' என்றெல்லாம் சொல்லி அழத்தொடங்கினான். எப்படியோ அவனைச் சமாதானப்படுத்தினேன். வீட்டுக்குள் சென்றோம். ஒரு வழியாக பள்ளிச்சீருடையைக் கழற்றிக் குளிக்கவைத்தேன். நானும் அவசரமாகக் குளித்தேன். கையில் கிடைத்த ஒரு சுடிதாரை எடுத்து உடுத்தினேன். ஒரு தட்டு சூனியமான துலாக்கோலாக இருந்தேன் நான். சமநிலை தப்பிப்போயிருந்தது. நேராக நிற்பதற்கு நான் சிரமப்பட்டேன். நனைந்த துண்டால் முடியைக் கட்டிவைத்துக்கொண்டு வெளியே வந்தபோது மஞ்சு ரோஸிக்கும் செலீனாவுக்கும் தேனீரும் கேக்கும் பரிமாறிக்கொண்டிருந்தார். அத்வைத்தை சாப்பிட வைத்தபிறகு கொஞ்சம் ஆசுவாசமாக இருந்தது. வெள்ளிக்கிழமை மாலை ஆறு முதல் எட்டு மணி வரை அவனுடைய சினிமா நேரம். சினிமா, வீடியோகேம் எல்லாத்தையும் முடிந்தவரை குறைக்க வேண்டும் என்பது உளவியல் ஆலோசகரின் அறிவுறுத்தல். முழுமையாக நடைமுறைப்படுத்த முடியவில்லை. பார்ப்பதற்கு அவனுக்குச் சினிமா போட்டுக் கொடுத்த பிறகு நான் வரவேற்பறைக்குச் சென்றேன்.

"மோசமான நாள்!"

நான் உரையாடலைத் தொடங்குவதற்கு முயற்சித்தேன்.

"வாழ்க்கையில் முதல் முறையா இப்படி ஒரு அனுபவம். வயசாகத் தொடங்கிருச்சு."

நான் கிண்டலாகச் சொன்னேன். அப்போது செலீனாவும் ரோஸியும் ஒருவரை ஒருவர் பார்த்துக் கொண்டனர்.

“மேடம் சொன்னா நம்பமாட்டீங்க, ஆனா, இதுக்குப் பின்னால அந்த தங்ஙள்தான் இருக்காரு.”

செலீனா சொன்னார்.

“எந்த தங்ஙள்?”

நான் கேட்டேன்.

“காக்கசேரி தங்ஙள். இன்னிக்கு விசாரிச்ச கேசுல வாதி. அந்த ஆளுக்கு பரம்பரையா ஜின் சேவை இருக்குது.”

ரோஸி தயங்கித் தயங்கிச் சொன்னார். எனக்குச் சிரிப்புதான் வந்தது.

“அந்த ஆளு ஆர்கிடெக்ட் இல்லையா, ரோஸி? அண்டு ஹி ஈஸ் வெல் - எஜுகேட்டடு.”

அப்போது ரோஸி தொடர்ந்தார்:

“வக்கீலுங்க சொல்லிக் கேட்டதுதான், மேடம். ஷியாம் கிருஷ்ணன் சார்தானே, இப்பச் சொன்ன தங்ஙளோட வக்கீல். வக்கீலோட மகள் பெங்களூர்ல செட்டில் ஆகிட்டாளாம். மகளுக்குக் குழந்தை பிறந்திருக்கறதா இன்னிக்கு மதியம் தெரிஞ்சிருக்குது. அவருக்கு ஒரு மகள்தான் இருக்கா. அவரு தேடிப்பார்த்தபோது ராத்திரி ஏழரை மணிக்கு ஒரு பிளைட் இருந்துச்சு. ஆனா அதுல போகணும்னா, கோர்ட்ல இருந்து நாலு மணிக்காவது கிளம்பணும். அதைக் கேட்ட தங்ஙள் வாக்குறுதி கொடுத்திருக்காரு போல - தைரியமா டிக்கெட் எடுங்க, நாலு மணிக்கப்புறம் ஒரு செகண்ட் கூட ஜட்ஜ் அந்தச் சேர்ல உக்கார்ந்திருக்க மாட்டாங்கன்னு...”

“அதுக்காகத்தான் இருக்கும் அந்த ஆளு அந்த பெர்ஃப்யூமையும் அள்ளிப் பூசிக்கிட்டு வந்தது. அது அடிச்சப்பவே தொடங்கிருச்சு, தலையில ஒரு வலி.”

நான் பரிகாசத்தோடு சிரித்தேன்.

"அதில்லை, மேடம். அந்த ஆளு வக்கீல் ஆபீஸ்ல ஜூனியர் வக்கீலுங்க முன்னாடி வச்சு ஷியாம் கிருஷ்ணன் வக்கீலோட கைய்யில அடிச்சு வாக்குறுதி கொடுத்திருக்காரு - நாலு மணி அடிச்சு முடிஞ்சு ரண்டு செகண்ட் முழுசா ஜட்ஜ் அந்த நாற்காலியில் உட்கார்ந்திருந்தா..."

"உட்கார்ந்திருந்தா?"

"அந்த ஆளு ஏதோ யோகீஸ்வரன இறக்குவேன்னு."

செலீனா மிகச்சாதாரணமாகச் சொன்னார். என்னுடைய சிரிப்பு மறைந்துபோனது. அடிவயிற்றில் செதில்களுக்குப் பதிலாக முட்கள் உள்ள ஒரு ஊர்கின்ற பிராணியைப்போல பயம் இதயத்தில் ஊர்ந்தது. ரோஸியும் செலீனாவும் அதன்பிறகும் என்னவெல்லாமோ பேசினார்கள். நான் எதையும் கேட்கவில்லை. உறக்கம் வருகிறது என்றோ வேறெதுவோ சொல்லியிருக்கவேண்டும். அவர்கள் காலம் தாழ்த்தாமல் விடைபெற்றார்கள். நான் சென்று படுத்துக்கொண்டேன். உடல் வியர்வையில் குளித்திருந்தது. அறிமுகமற்ற ஓர் உருவத்தைக் கண் முன்னால் பார்த்தேன். ஏழு எட்டடி உயரம். பரந்த மார்பு. நூற்றாண்டுகளாக வளர்ந்து பின்னி முறுக்கிப் படர்ந்து தொங்கிய சடை. வயிறுவரை நீண்டிருந்த நரைத்த மீசை. நெற்றியில் திருநீறுக்கு நடுவில் ரத்தத்தால் வரைந்த திரிசூலம். வளர்ந்து நீண்ட நகங்கள். பிளந்து வெடித்த பாதங்கள். விழுதுகள் போல முறுக்கிய கால் நகங்கள்.

ஊர்கின்ற பிராணி இதயத்தைச் சுற்றி இறுக்கியது. அப்போது அத்வைத் தூங்குவதற்காக வந்தான். அவனைக் கட்டிப்பிடித்துப் படுத்து நான் பயத்தை மறப்பதற்கு முயற்சித்தேன். 'அம்மாவோட ஹார்ட் ஏன் டிம் டிம்முன்னு சத்தம்போடுது' என்று அவன் கேட்டான். குழந்தைகளிடம் பொய் சொல்லக்கூடாது. அதனால், 'அம்மாவுக்கு பயமா இருக்குதுடா' என்று சொன்னேன்.

எனது தொண்டை இடறியது. பாவம், என்னுடைய குழந்தை. 'அம்மா பயப்படாதீங்க, அம்மாவுக்கு நானிருக்கறேன்' என்று சமாதானப்படுத்தினான். அவன் மட்டும்தான் எனக்கு இருந்தான். நான் அவனை இறுக்கமாகக் கட்டிக்கொண்டேன். அவன் சட்டென உறங்கிப்போனான்.

உறக்கத்தின் நீதிபதி என்னுடைய மனுவைத் தள்ளுபடி செய்திருந்தார். நான் உருண்டு புரண்டுகொண்டிருந்தேன். யோகீஸ்வரன் மாமா அந்த அறையில் இருக்கிறார் என்று தோன்றியது. நான் யோகீஸ்வரன் மாமாவை மறப்பதற்கு முயற்சித்தேன். மாறாக, வானத்தில் உயர்ந்து மிதந்ததை நினைவுக்குக் கொண்டுவந்தேன். வாழ்க்கையில் முன்பு ஒருபோதும் ஏற்பட்டிருக்காத அனுபவம். கற்பனையே செய்யாதது. நாற்காலி போட்டு வானத்தில் அமர்ந்திருத்தல். மேசைமேல் முழங்கைகளை ஊன்றிக் கீழே எட்டிப் பார்த்தேன். கீழே, சிவில் ஸ்டேசனையும் நகரத்தையும் மலைத்தொடர்களையும் பார்த்தேன். வலதுபக்கம் பார்த்தால் வயல்கள், தேவாலயங்கள், பிளாட்டுகள். இடதுபக்கம் பார்த்தால் கோவில், ஸ்டேடியம், பாலம், பைபாஸ் ரோடு. நேராகக் கீழே பார்த்தால் என்னுடைய அம்மா பியூனாக வேலை செய்த மாவட்ட ஆட்சியர் அலுவலகம். மேலே ஒருத்தி இருக்கிறாள் என்பதை அறியாமல், தொடர் சத்தியாகிரகத்தைத் தொடர்கின்ற மது ஒழிப்பு இயக்கத்தினர். மாவட்ட ஆட்சியர் அலுவலகத்தின் உள்ளேயும் வெளியேயும் அலையும் மனிதர்கள்.

என்னுடைய இறுக்கம் தளர்ந்தது. வானம் முழுக்க எருக்கஞ்செடியின் காய் வெடித்துக் காற்றில் பறந்ததை நான் நினைத்தேன். அவை என்னுடைய கன்னத்திலும் கண்ணிலும் கழுத்திலும் வருடின. ஜின் ஆனாலும் சாத்தான் ஆனாலும், அந்த அனுபவம் வினோதமாக இருந்தது. கண்களால்

வானவில்களின் வசந்தத்தை மலரச்செய்கின்ற ஒருத்தனை வாழ்க்கையில் முதன்முறையாக நேரில் பார்த்ததிலும் ஆனந்தம் உண்டானது. விரிசல் விழுந்து பெயின்ட் வெளுத்துக்கிடக்கும் குடியிருப்பின் மேற்கூரைக்கு மேலே உயர்ந்து மிதப்பதற்கு நான் முயற்சித்தேன். காற்றில் மிதந்து நின்று கீழே வெள்ளை விரிப்பில் இளஞ்சிவப்பு ரோஜாக்கள் தூவப்பட்ட இரட்டைக் கட்டிலில் கவிழ்ந்து படுத்து உறங்குகின்ற ஒன்பது வயதுக்காரனான மகனை நெஞ்சோடு சேர்த்துப் படுத்திருக்கும் என்னுடைய உடலைக் கூர்ந்து பார்த்தேன். ஆறு ஆண்டுகளாகச் சொந்தக் குழந்தையின் தழுவலை மட்டும் அனுபவிக்கின்ற அந்த உடலிடம் எனக்குக் கருணையும் பரிகாசமும் வெறுப்பும் தோன்றின. நான் ‘டப்’ பென்று நிலத்தில் விழுந்தேன். புறம் மட்டும் உள்ள நான் ஒரு கபர் ஆனேன். அது அதனுடைய ஆழக்குழியின் அகம் மட்டுமே உள்ள என்னை ஏற்றுக்கொண்டது. யோகீஸ்வரன் மாமாவைக் கல்லறையிலிருந்து உயிர்ப்பித்து என்னைத் தோற்கடிக்கப் புறப்பட்ட தங்ஙளை நினைத்து நான் புழுப்போல நெளிந்தேன். ஆக்கிரமிக்கப்பட்டவளானேன். ‘ஜட்ஜா இருந்தாலும் நீ ஒரு வெறும் பொம்பளைதானே, பொம்பளை?’ என்று அவனுடைய மனம் ஏளனம் செய்வதை நான் கேட்டேன். என்னுடைய சுயமரியாதை காயமுற்றது. நீதி பீடத்தில் ஆணும் பெண்ணும் இல்லை, நீதிதேவதை மட்டுமே உண்டு என்று அவனுக்குக் கற்பிக்கவேண்டும் என்று நான் முடிவுசெய்தேன். அவனும் அவனுடைய ஜின்னும் ரோஸ் மணமும் லினன் சில்க் ஜாக்கெட்டும்! நான் வரவேற்பறைக்கு நடந்தேன். வழக்குக் கட்டுகளை வைத்திருந்த பெட்டியைத் திறந்தேன். அந்த வழக்குக் கட்டைத் தேடியெடுத்தேன்.

OS/2/2019

Plaintiff
K. Khayaluddin Thangal,
Kakkasseril,
Kottayam.
Defendant
K. Salahuddin Thangal & 61 Others.

முன்பே வாசித்தததுதான். இருந்தாலும் அதை இன்னொருமுறையும் மனம் ஒன்றி வாசித்தேன். சுருக்கம் இப்படியாக இருந்தது: கே. நிசாருதீன் தங்ஙளின் மகன்களான கே. சலாகுதீன் தங்ஙள், கே. பசலுதீன் தங்ஙள், கே. அமீருதீன் தங்ஙள் ஆகியோர் சேர்ந்து, குடும்பச் சொத்தான இரண்டு ஏக்கர் பதினைந்து செண்ட் நிலத்தை *T* பாகம் சொத்தை ஒட்டியிருக்கின்ற சொத்தின் உரிமையாளரான சாகேதம் அறக்கட்டளைக்கு ஏக்கருக்கு ஒன்றேமுக்கால் லட்சம் ரூபாய் வைத்து விற்பனை செய்திருக்கின்றனர். வாங்கிய கட்சிக்காரர்கள் *T* பாகத்தில் கட்டுமானப்பணிகளைத் தொடங்கியிருக்கிறார்கள். இதன் காரணமாக *T* பாகத்தின் தெற்குக்கோடியில் குடும்பச் சொத்தாக உள்ள மூதாதையினுடைய கபரும் அனுபந்த அடையாளக் கற்களும் இடிக்கப்பட்டுள்ளன. கபரைப் பாதுகாப்பதற்குத் தேவையான இடத்தைப் பணம் கொடுத்து வாங்கிக்கொள்வதற்கு வாதி தயாராக இருந்தாலும்கூட சொத்தைத் திரும்பவும் விற்பதற்கு டிரஸ்ட் தயாராக இல்லை. மெக்காவில் இருந்து வந்த மூதாதையின் கபர் தனக்கு மிகப்பெரிய புனிதமானதாகையால் அதை நாசம் செய்வது உடனடியாக நிறுத்தப்படவேண்டும் என்று வலியுறுத்துவதுதான் வழக்கு.

முன்பே நான் இதில் பட்டியலிட்ட பிரச்சினைகளை இன்னொரு முறையும் பரிசோதித்தேன்.

- *பிரச்சினைக்குரிய சொத்தாக இந்த இடத்தைக் கருதுவதற்கான வாய்ப்பு இருக்கிறதா?*

- *கைமாற்றம் நடந்ததாகச் சொல்லப்படுகின்ற இடம் பொதுத் தேவைகளுக்காக ஒரு அறக்கட்டளைக்கு விட்டுக்கொடுக்கப்பட்டதுதான். இது தொடர்பான ஆதாரங்கள் சரியானவையா?*

- *பிரச்சினைக்குரிய சொத்தில் பழமையான கபர் இருக்கிறது என்ற குற்றச்சாட்டு உறுதியானதுதானா?*

- *இஸ்லாம் மத நம்பிக்கைப்படி இந்தத் தனியார் நிலத்தில் கபர் அனுமதிக்கப்பட்டதா? கபரை அடையாளம் காண்பதற்கு மீஸான் கல்* நடப்பட்டுள்ளதா?*

வழக்கின் ஒருபகுதியாகச் சமர்ப்பிக்கப்பட்ட ஆதாரங்களை நான் பரிசோதித்தேன். வாதி சமர்ப்பித்த ஆதாரங்கள் வழக்கோடு தொடர்பில்லாததும் தனிப்பட்ட கடிதங்களுமாக இருந்தன. பிரதிவாதிகள் சமர்ப்பித்த விற்பனைப் பத்திரங்களும் 'சாகேதம்' அறக்கட்டளை சமர்ப்பித்த ஆடிட்டோரியத்தின் பிளானும் நம்பகமானவையாக இருந்தன. என்னுடைய பழிவாங்கும் புத்தி விழிப்புற்றது. தீர்ப்பின் வரிகள் மனதில் அப்போதே தோன்றின. ஆனால், எழுதி வைக்கவில்லை. வாதத்தைக் கேட்காமல் தீர்ப்பு எழுதுவது நீதியல்ல. நீதி ஆணோ பெண்ணோ என்ற சந்தேகமே வேண்டாம். பெண்தான். கண் கட்டப்பட்ட பெண்.

வழக்குக் கட்டை எடுத்துவைத்துவிட்டு நான் ஆசுவாசத்தோடு பெருமூச்சு விட்டேன். எலும்பு தெரிகின்ற மகனின் முதுகில் முகம் புதைத்துப் படுத்தேன். இரவில் யோகீஸ்வரன் மாமாவைக் கனவில்

★ இஸ்லாத்தில், இறந்தவர்களின் சவக்குழியின் மேல் தலைப்பகுதியிலும் கால் பகுதியிலும் வைக்கப்படும் கல்.

காண்பேனோ என்ற பயம் இருந்தது. காணாதே என்று மனதுக்குக் கட்டளையிட்டேன். யோகீஸ்வரன் மாமாவைக் கனவு காணவில்லை. கண்டது காக்கசேரி கயாலுதீன் தங்ஙளைத்தான். ஷான் கானரியின் உருவமும் கமலஹாசனின் கண்களும். யோகீஸ்வரன் மாமாவுக்குப் பதிலாக அவன் தன்னையே அரங்கத்தில் இறக்கினான். கையில் ஒரு இளஞ்சிவப்பு எட்வர்டு ரோஸ் மலரும் இருந்தது. அதனுடைய பெரிய இதழ்களால் அவன் என்னுடைய உச்சந்தலையிலிருந்து நெற்றி வழியாகக் கண்கள் வரையிலும் மூக்கில் இருந்து கன்னங்கள் வழியாகக் காதுகள் வரையிலும் வரையாமல் வரைந்தான். நான் நெளிந்தேன். அவனுக்குக் கருணை இல்லை. இரவு முழுவதும் கூசிக்கூசி நான் தளர்ந்தேன். இறுதியில் காலை ஆறு மணிக்குத் திடுக்கிட்டு எழுந்தேன். படுக்கையில் மலர்கள் எதுவும் இருக்கவில்லை. ஆனால், மூக்கு நுனியில் நீதிமன்றத்தில் பரவிய அந்த மணம் இருந்தது.

- எட்வர்டு ரோஸின் மென்மையும் போதுமென்று சொல்லமுடியாத மணமும்.

இரண்டு

காலையில் எழுந்து முகம் கழுவிவிட்டுப் பார்த்தபோது, காசிக்குப் போன மாமா வாசலில்! மூத்த மருமகன் அதிர்ந்தார். அவர் அலறினார். பரிவாரங்கள் ஓடிவந்தன. மாமா திரும்பி வந்துவிட்டார் என்று அவர்கள் அவநம்பிக்கையுடன் ஏற்றுக்கொண்டனர். யாரோ கிண்டியில் தண்ணீர் கொண்டுவந்தார்கள். யாரோ கொரண்டிப் பலகையும் சலவை வேட்டியும் கொண்டுவந்தார்கள். கொரண்டிப் பலகையின்மேல் நிற்கவைத்து அவர் யோகீஸ்வரன் மாமாவின் கால்களைக் கழுவினார். யோகீஸ்வரன் மாமா இரு பக்கங்களிலும் கைகளை நீட்டினார். அப்போது அந்தப் பெண் பிள்ளைகளும் பலகையின்மேல் ஏறி நின்றார்கள். ஆண்கள் பெண் பிள்ளைகளின் கால்களைக் கழுவும் வழக்கம் குடும்பத்தில் இருந்ததில்லை. ஆனால், யோகீஸ்வரன் மாமா உத்தரவிட்ட நிலைக்குச் செய்யமாட்டேனென்று சொல்வதற்கு மூத்த மருமகனுக்குத் தைரியம் வரவில்லை. நிறைய மடிப்புகள் வைத்துத் தைக்கப்பட்ட காசிப்பட்டுதான் அவர்களுடைய ஆடை. அது பாவாடையாக இருக்கவில்லை. அதேசமயம் மேலாடையாகவும் இருக்கவில்லை. மூத்தவள் கொரண்டிப் பலகையின் மேல் நின்றாள். தங்கச் சரிகையும் முத்துக்களும் சேர்த்துத் தைத்த ஆடையை அவள் உயர்த்திக்கொடுத்தாள். அவளுக்கு அப்பா ஆகக்கூடிய வயதுள்ள மூத்த

மருமகன் கோபத்துடன் குனிந்தார். தண்ணீர் ஊற்றுவதற்குப் பார்த்தபோது, பாதங்கள் தரையில் படவில்லை. அவருடைய கண்கள் வெளித்தள்ளின. அப்போது இளையவளும் பாவாடையை உயர்த்திப் பிடித்தாள். அவளும் காற்றில்தான் நின்றாள். மூத்த மருமகனுக்குத் தலை சுற்றியது. கிண்டியும் தண்ணீருமாக அவர் பின்பக்கமாக மல்லாந்து விழுந்தார்.

இதையெல்லாம் என் அப்பா நேரில் பார்த்தது போலத்தான் விவரித்தார். சனிக்கிழமை மதியம் அத்வைத்தை வசப்படுத்தி அப்பாவின் வீட்டிற்குக் கூட்டிச்சென்றதே இந்தக் கதையைக் கேட்பதற்காகத்தான். 'ரெஸ்ட் எடுங்க மேடம், தனியா டிரைவ் பண்ணவேண்டாம்' என்றெல்லாம் செலீனாவும் மஞ்சுவும் கேட்டுக்கொண்டார்கள். நான் கேட்கவில்லை. கேட்டில் வைத்தே உணர்ச்சியேற்றப்பட்ட பின்னணி இசையைக் கேட்டதும் வந்தது வீண் என்று புரிந்துகொண்டேன். சனிக்கிழமையும் தொலைக்காட்சித் தொடர் இருக்கிறதென்று யாருக்குத் தெரியும்? வாசற்படி ஏறியபோது காதைக் கிழிக்கும் சப்தத்தில் உரையாடல் கேட்டது:

"என்னாச்சு அண்ணா?"

"அம்மா குற்றத்தை ஒத்துக்கிட்டதால கோர்ட் ரிமாண்ட் பண்ணிடுச்சு."

பின்னணி இசை தொடர்ந்தது. உணர்வுக் கிளர்ச்சி, சஸ்பென்ஸ். அத்வைத்தின் கையைப் பிடித்துக்கொண்டு நான் வாயிலில் நின்றேன். ரிமோட்டைக் கையில் பிடித்துக்கொண்டு சாய்வு நாற்காலியின் கைப்பிடியில் முழங்கை ஊன்றிய வலது கையில் முகம் தாங்கி முன்பக்கமாகச் சாய்ந்து டிவி திரையை நோக்கி ஆர்வத்தோடு முகம் நீட்டி உட்கார்ந்திருந்தார் அப்பா. "அம்மா ஜெயிலில் கிடப்பது சாவதற்குச்

சமம்." "ஆனால், அம்மா செய்த குற்றத்தை ஒத்துக்கறாங்க." என்றெல்லாம் திரையில் தோன்றிய இளைஞன் கூறினான். பொறுமையிழந்து நான், "அப்பா" என்று சப்தம் போட்டுக் கூப்பிட்டேன். அப்பா திரும்பிப்பார்க்கவில்லை. அதற்குப் பதிலாக இடது கையில் பிடித்திருந்த ரிமோட்டை இன்னும் பாதுகாப்பாக வலது கைக்கு மாற்றினார். இடது கையை உயர்த்தி "வெய்ட்" என்று சைகை செய்தார். நல்வாய்ப்பாக விளம்பர இடைவேளை வந்தது. அப்பாவின் உடல் சற்று அசைந்தது. ஆழ்ந்த பெருமூச்சோடு பின்னால் சாய்ந்து உட்கார்ந்தார். "ஓ... நீயா" என்று சாதாரணமாகக் கேட்டார்.

அத்வைத்தைப் பார்த்ததும் ரிமோட்டை இன்னும் பத்திரமாகக் கக்கத்தில் வைத்துக்கொண்டு, "வாடா செல்லம், என்ன விசேசம்?" என்று குலமரியாதைக்கு மெருகூட்டினார். "நேத்து டெலிகாஸ்ட் பண்ணினதப் பார்க்க முடியல" என்று கேட்காமலேயே விவரித்தார். ஆனால் பார்வையோ, விளம்பரம் முடிந்துவிட்டதா என்ற கவனத்தோடு திரையிலேயே இருந்தது. "பேங்க் விடுமுறையானதுனால பரத்தும் மீனாவும் குழந்தைங்களக் கூட்டிக்கிட்டு மீனா வீட்டுக்குப் போனாங்க" என்றும் கேட்கும் முன்பே சொன்னார். அவர்களைப் பார்ப்பதற்காக நான் அதிக நேரம் தங்கவேண்டியதில்லை என்பதாக இருந்தது தொனி. நேரத்தை வீணாக்காமல் நான் அப்பாவுக்காக வாங்கிய என்ஷுரும் (Ensure) டீ-புரோட்டீனும் (D-Protin) ஓட்சும் அடங்கிய பையை அத்வைத்தின் கையில் கொடுத்தேன். அவன் அருகில் சென்றபோது அப்பா ரிமோட்டை கக்கத்தில் மேலும் இறுக்கிப் பிடித்தது என்னைச் சிரிப்பூட்டியது.

"அப்பபடியானா நான் போயிட்டு சீரியல் இல்லாதபோது வாரேன்."

நான் போவதற்காகத் திரும்பினேன். சரியாக அந்த நேரத்தில் 'டிம்' என்ற சப்தத்தோடு மின்சாரம் போய்விட்டது. டிவியும் அப்பாவும் ஆஃப் ஆனார்கள். "என்னவொரு கஷ்டம்னு பாரு, அவனுக்கெல்லாம் ஒரு டிரான்ஸ்பார்மர் வேலை" என்று சபித்தார். இன்வெர்ட்டர் இணைப்பை டிவிக்குக் கொடுக்காத அண்ணனைக் கெட்டவார்த்தையில் திட்டினார். பின்னர் வேறு வழியில்லாமல், "அப்புறமென்ன நீ உட்காரு" என்று அன்புடையவரானார். அன்பின் ஆயுள் மின்சாரம் வருவதுவரைக்குமே இருந்தது. வந்த வேலையை நிறைவேற்றுவதற்காக, "அப்பாவோட பிளட் டெஸ்ட்டெல்லாம் நார்மல்தானே" என்று நான் நலம் விசாரித்தேன். கேட்பதற்குக் காத்திருந்ததுபோன்று, "ஓ, என்ன டெஸ்ட்டு. வயசான காலத்துல நான் இனி டெஸ்ட் எடுத்துட்டு எதுக்கு? மத்தவங்களுக்குப் பாரமா இருக்கறேன். டெஸ்ட்டும் நிறுத்தியாச்சு. மருந்தும் நிறுத்தியாச்சு. வயசு எழுபதாச்சு. படுத்த படுக்கையாகிட்டா ஒண்ணுக்குப் போறத எடுக்கறதுக்கு யாரு இருக்காங்க" என்றெல்லாம் புகார்க் கட்டை அவிழ்த்தார். "அப்பாவுக்கு மனைவியும் மக்களும் இருக்காங்கதானே" என்று நான் அப்பாவித்தனமாக மறுமொழியளித்தேன். அப்பா கோபக்காரரானார்.

"மனைவியா? எந்த மனைவி? வயசான புருஷனப் போட்டுட்டு வீட்டவிட்டுப் போனவளா மனைவி?"

நான் சிரிப்பை அடக்கினேன்.

"வழியில வண்டி இடிச்சு காலு நசுங்கிப்போன ஒரு நாய அம்மா எடுத்துக்கிட்டு வந்தாங்க. அப்பா இந்த வீட்டப் புரட்டிப்போட்டாரு. அதோட காலு சரியாகற வரைக்கும் பொறுத்துக்கச் சொல்லி அம்மா எத்தனை அழுது கெஞ்சினாங்க! ஒண்ணா நாயி இல்லாட்டி அப்பா - ரண்டுல ஒண்ணுதான் இந்த வீட்டுல இருக்கமுடியும்னு அப்பா உறுதியாச் சொன்னாரு. நாயே

போதும்னு அம்மா முடிவு செஞ்சாங்க. அதுதானா துரோகம்?”

“எனக்கு ஒரு தெருநாயளவுக்குக்கூட மதிப்பில்லைங் கறதுதாண்டீ அவ காமிச்சதோட அர்த்தம்? ஊருக்காரங்க முன்னாடி நான் யாரானேன்? உங்க அண்ணன் யாரானான்? நீ யாரானே? இந்தக் குடும்பத்தோட நெல என்னாச்சு? வெறும் லாஸ்ட் கிரேடு வேலக்காரியா இருந்தா அவ. என்கிட்ட ஒண்ணும் இல்லாட்டியும் ஒரு லோயர் டிவிசன் கிளர்க் ஆயிட்டேனில்லையா? குடும்பத்தோட மதிப்பையும் நெலையையும் வச்சு என்னோட பொண்டாட்டி லாஸ்ட் கிரேடு வேலயச் செய்ய வேண்டாம், வீட்டுல இருந்தாப் போதும்னு என்னால சொல்லியிருக்க முடியுந்தானே? நான் அதச் சொன்னேனா? இல்லை. காரணம் என்ன? நான் செத்துப்போனாலும் என்னோட மனைவி பட்டினி கெடக்கக்கூடாது. அத மனசுல வச்சுத்தான். அதுக்கான நன்றி அவகிட்ட இருக்குதா?”

“அப்பச்சொன்னது ரண்டுபேரோட சம்பளம் இல்லாம வாழ முடியாதுன்னுதானே?”

“நீ இப்ப ஜட்ஜ் ஆனதுனால அப்பனை மதிக்க வேண்டாமில்லையா?”

அப்பா ஊடினார். அப்போது நான் சீரியசானேன்:

“அப்பா கல்யாணம் கட்டிக் கூட்டிக்கிட்டு வரும்போது அம்மாவுக்கு வெறும் இருபது வயசுதான். அப்பாவோட வில்லேஜ் ஆஃபீசுக்குப் போக இங்கிருந்து ரண்டு கிலோமீட்டர். அம்மாவோட கலெக்ட்ரேட்டுக்குப் போக ரண்டு மணி நேரப் பயணம். அம்மா மூணு மணிக்கு எழுந்து அப்பாவுக்கும் எங்களுக்கும் பாட்டிக்கும் தாத்தாவுக்கும் பிரேக் ஃபாஸ்டும் லஞ்சும் சாயந்தரத்துக்குப் பலகாரமும் செஞ்சு வச்சிட்டு எட்டுமணி பஸ் பிடிக்கறதுக்காக ஓடுவாங்க. ஓடுற

வழியிலதான் சேலைய மடிச்சுச் செருகறதுங்கூட. சாயந்திரம் ஏழு மணிக்கு ஓடிவருவாங்க. சேலைய மாத்திக்கிட்டு அடுக்களைக்குப் போவாங்க. மீன் கொழம்பு வச்சு, ரண்டு கூட்டு வச்சு, அடுத்த நாள் டிபனுக்கு வேண்டியதெல்லாம் தயார்பண்ணி வச்சு. ஐம்பத்தியாறாவது வயசுல ரிட்டையர் ஆகறது வரைக்கும் ஞாயிற்றுக்கிழமைகூட அம்மா சித்தநேரம் உட்கார்ந்திருக்கறத நான் பார்த்ததில்லை."

"அதெல்லாம் இந்த ஊர்ல எல்லா பொம்பளைங் களும்தான் செய்வாங்க. அப்படீன்னு சொல்லி, வயசான காலத்துல வீட்டுக்காரன ஊருக்காரங்க முன்னாடி நாயாக்கிப்போட்டுக் கெளம்பிப் போவாளா?"

"முப்பத்தியாறு வருசம் செஞ்சது எதுவும் நெனைப்பில்லாத அப்பாவைவிட நேத்து காயத்துக்குக் கட்டுப்போட்டுவிட்ட நாய்க்குத்தான் பிரியம்னு அம்மாவுக்குத் தோணுனது யாரோட குற்றம்?"

அப்பா சற்று அதிர்ந்தார். பிறகு அமைதியானார். அப்போது நான் சமாதானப்படுத்தினேன்.

"அப்பா, நான் சண்டப்போடறதுக்கு வரல. வேறொரு விசயம் கேட்கறதுக்காக வந்தேன். காக்கசேரி தங்ஙள்ன்னு அப்பா கேள்விப்பட்டிருக்கீங்களா?"

"அவங்க பாரம்பரியமா வைத்தியம் பார்க்கறவங்க. மந்திரவாதிகளுந்தான். இப்ப எப்படின்னு தெரியாது."

"முஸ்லீம்களுக்கு மந்திரவாதம் ஹராம்* இல்லையா?"

"இது நம்மளோடது மாதிரி எள்ளுப்பொடியும் ஹோமகுண்டமும் எல்லாம் இருக்கற மந்திரவாதம் அல்ல. ஜின் வழிபாடோ என்னவோ. காக்கசேரி பட்டத்திரியப்பத்திக் கேள்விப்பட்டிருக்கிறயா? பெரிய பண்டிதனா இருந்தாரு. ஆனா, போகப்போக

★ இஸ்லாமிய சட்டப்படி முஸ்லிம்கள் தவிர்க்க வேண்டியவை.

சுத்தபத்தம், தீட்டு, பூஜை எல்லாத்தையும் கைவிட்டுட்டாரு. பிராமணர் எல்லாம் சேர்ந்து அவருக்கு எதிரா பூஜை செஞ்சாங்க. அவரு ஊரவிட்டே போயிட்டாரு. அதுக்கப்புறம் ஒரு விவரமும் இல்லை. ஊர்ல இருந்து ஆளுங்க விரட்டியடிச்சப்ப இந்தப்பக்கமா ஓடிவந்து யாருக்கும் தெரியாம இங்க தங்கி இருந்தாராம். செத்ததுக்குப் பிறகு அவரோட வீட்டை வியாபாரத்துக்கு வந்த ஜோனகருக்கு ராஜா கொடுத்துட்டாராம். இப்படித்தான் இந்த வீட்டுப்பேரு அந்தக் குடும்பத்துக்காரங்களுக்கு வந்ததுன்னும் ஒரு கதை இருக்குது. ஊர்க்காரங்க கேலியா காக்காசேரின்னு கூப்பிட்டுக் கூப்பிட்டு காக்கசேரியாச்சுங்கறது வேறொரு கதை. பொய்யோ உண்மையோ? ஒவ்வொரு ஐதீகம்."

"அவங்க என்னவெல்லாம் மந்திரவாதம் செய்வாங்க?"

அப்பா சற்று நிதானித்து டிவியை சலிப்போடு பார்த்தார். பிறகு தொடர்ந்தார்:

"மந்திரவாதம்ன்னு சொன்னா - பேய் ஓட்டுவாங்க. அப்புறம் ஜெபிச்சு தடையெல்லாம் நீக்குவாங்க. அது இருக்கட்டும், உனக்கு எப்போ இதுலயெல்லாம் நம்பிக்கை வந்துச்சு?"

அதற்குப் பதில் சொல்லவேண்டி வரவில்லை. அதற்கு முன்பே 'டிம்' என்ற சப்தத்தோடு மின்சாரம் வந்துவிட்டது. மிகைப்படுத்தப்பட்ட பின்னணி இசை திரும்பவும் தொடங்கியது. அப்பாவின் முகத்தில் ஆயிரம் நியான் விளக்குகள் எரிந்தன. எனக்கு அப்பாவிடத்தில் இன்னும் அதிகமாகப் பிரியம் தோன்றியது. உணர்ச்சியேறிய நாடகத்துக்கு அப்பாவை விட்டுக்கொடுத்துவிட்டு நான் வெளியேறினேன். பழைய குடும்ப வீட்டுக்கு அருகில் சென்றேன். நெல் பத்தாயம் உட்பட நான்கு அறைகள் மட்டுமே உள்ள சிறிய வீடாக இருந்தது அது. பன்னிரண்டு ஆண்டுகளுக்கு முன்புவரை

நாங்கள் அங்கேதான் வசித்திருந்தோம். அம்மா வந்த காலத்தில், ஓலை வீடாக இருந்தது. பின்னர் ஓடு போடப்பட்டது. பாகம் பிரித்தபோது சகோதரிகளுக்குக் கிடைத்த பாகத்தையும்கூட அப்பா விலைக்கு வாங்கிச் சொந்தமாக்கிக்கொண்டார்.

நான் பழைய வீட்டின் வராந்தாவில் பூட்டிய வாயிற்கதவின் படியில் உட்கார்ந்தேன். கல்யாணச் சமயத்தில் நான் அழுது ஆர்ப்பாட்டம் செய்தும் உண்ணாவிரதம் இருந்தும்தான் கான்கிரீட் வீடு கட்டவைத்தேன். ஆனால், பழைய வீட்டை அப்பா இடிக்கவில்லை. வரலாற்றின் ஒரு பகுதி. நான் அங்கிருந்து கிழக்கே பார்த்தேன். வடகிழக்கு மூலையில் மழைமேகம் திரண்டிருந்தது. அதனுடைய மார்பில் ஒரு வானவில் தோன்றியிருந்தது. கண்ணைக் கட்டுவதற்கோ? நான் கண்களை மூடித் திறந்தேன். ஆயிரத்து முன்னூறு ஆண்டுகளுக்கு முன்பும் வானவில் இப்படித்தான் இருந்ததோ? அன்றைக்கு, இந்த இடமெல்லாம் எப்படியிருந்தது? இங்கே என்னென்ன செடிகள் இருந்தன. அக்காலத்திய மனிதர்களின் ஆடைகளும் குணநலன்களும் எண்ணங்களும் எப்படியிருந்தன? அது தெரிந்தால்தான் யோகீஸ்வரன் மாமாவைச் சரியாகப் புரிந்துகொள்ள முடியுமாக இருந்தது. யோகீஸ்வரன் மாமாவின் காலத்தில் வீடு பதினாறு கட்டு வீடாக இருந்தது. ராஜாவுடன் சண்டையிட்டபோது, ராஜா அந்த வீட்டை இடித்துக் குளம் வெட்டினார் என்று ஒரு கதை உண்டு. விற்றுத் தின்று அழித்தார்கள் என்பது இன்னொரு கதை. எப்படியானாலும் நான் உட்கார்ந்திருந்த இடத்திற்குத்தான் அன்று யோகீஸ்வரன் மாமா இரண்டு பெண் பிள்ளைகளையும் கூட்டிக்கொண்டு வந்தார் என்று பாவனை செய்வது புல்லரிப்பாக இருந்தது. என்னுடைய ரோமங்கள் எழுந்தன. மனம் பெருமிதத்தால் நிறைந்தது. அந்தச் சமயத்தில் ‘திரும்பவும் போயிருச்சு’ என்று

பெருமூச்சுவிட்டுக்கொண்டு அப்பா என்னைத் தேடி வந்தார். வராந்தாவைத் துடைத்துவிட்டு அங்கே உட்கார்ந்தார்.

"அப்பா இங்க ஒரு யோகீஸ்வரன் மாமா இருந்தாரில்லையா?"

நான் கேட்டேன். அப்பா என்னைத் திரும்பிப் பார்த்துக் கண்களை உருட்டினார்.

"இருந்தாரா? இப்பவும் இருக்காரு. இந்தக் குடும்பத்தோட காவலுங்கூட அவர்தான்."

தொடர்ந்து அப்பா கதையைத் தொடங்கினார். தெரிந்த கதைதான். இருந்தாலும் கேட்டுக்கொண்டு உட்கார்ந்திருப்பதற்குச் சுவையாக இருந்தது. தரையைத் தொடாத பெண்பிள்ளைகளை யோகீஸ்வரன் மாமா இரண்டு தோள்களிலும் உட்காரவைத்துக்கொண்டுதான் உள்ளே நுழைந்தார். ஓலை வேய்ந்ததும் சாணி மெழுகியதுமான கிழக்குப் பக்க அறையின் கன்னி மூலையில் பிள்ளைகளை, கொரண்டிப்பலகை போட்டு உட்காரவைத்தார். விளக்குப் பற்றவைத்தார். 'சாப்பிட என்ன வேண்டும்' என்று கேட்டார். 'தீயும் மழையும் தொடாதது' என்று பிள்ளைகள் சொன்னார்கள். யோகீஸ்வரன் மாமா இளநீர் கொண்டுவரப் போனார். இளநீரோடு வந்தபோது கிழபுறத்து அறையில் கன்னி மூலையில் உட்கார்ந்திருந்த கொரண்டிப்பலகைகள் காலியாகக் கிடந்தன. அவர் பதறிப்போனார். 'மூத்தவளே', 'இளையவளே' என்று உரக்கக் கூப்பிட்டார். புங்கமரமும் கருஞ்செரு மரமும் தான்றிக்காய் மரமும் புல்லாஞ்சிச் செடியும் படர்ந்த, நண்பகலிலும் இருட்டாக இருக்கும் பனய்க்காட்டுக் கா*விற்குள் இருந்து மூத்தவள் இவர் கூப்பிட்டதைக் கேட்டாள். ஒரு வெண் தேக்கிற்கும் வானம் தொட

★ கா – தெய்வம்/தேவதைகள் உறையும் வனம்/சோலை.

உயர்ந்த ஈட்டி மரத்துக்கும் இடையில் ஊஞ்சல் போலக் கிடந்த பத்து ஐம்பது காதம் நீளமுள்ள சுண்ணாம்புக்கொடியில் ஊஞ்சலாடிக்கொண்டிருந்த இளையவளும் கூப்பிட்டதைக் கேட்டாள்.

இதுவரைக்கும் சொன்னதும் என்னுடைய கெட்ட நேரம் மீண்டும் மின்சாரம் வந்துவிட்டது. அப்பா வீட்டுக்குள் ஓடினார். நான் தனியளானேன். அப்போது அவ்வளவு நேரமும் உள்ளே உட்கார்ந்திருந்த அத்வைத் நெளிந்து முறுக்கிக்கொண்டு வந்தான். "அம்மா எதுக்காக இங்க உக்கார்ந்திருக்கீங்க" என்று கோபத்தோடு கேட்டான். அவனுடைய முகம் இருண்டிருந்தது. என் மனம் கருத்தது.

"இதுதான் தாத்தாவோட அம்மா வீடு."

நான் கவனமாகச் சொன்னேன். அவன் மூக்கின்மீது விரலை வைத்துக்கொண்டு சுற்றிலும் நோட்டம் விட்டான். என் இதயம் துடிக்கத் தொடங்கியது.

"ஸோ தாத்தா வாஸ் ஆல்ஸோ டெஸர்ட்டடு பை ஹிஸ் டாட்?" அவன் கேட்டான்.

அது எதிர்பார்க்காததாக இருந்தது. என்னுடைய நாடிகள் தளர்ந்தன. பதில் ஒன்றும் வரவில்லை. நான் எழுந்து அவனுக்கு அருகில் சென்றேன். தலைமுடியைக் கோதிவிட்டேன். இரண்டு கன்னங்களிலும் இரண்டு மூன்று முறை முத்தமிட்டேன். அவன் என்னை ஒரு நீதிபதியைப் போலப் பார்த்தான். வெறுப்போடு தள்ளிவிட்டான். அடுத்த கட்டம் உடம்பைத் துன்புறுத்துவதாக இருந்தது. பிடுங்கியெடுப்பான். சிலசமயம் கடித்துக் காயப்படுத்துவான். என் மனம் இடிந்தது. அதுவரைக்கும் இருந்த தைரியமும் சந்தோசமும் வடிந்தது. அங்கிருந்து புறப்படுவதுதான் சரியானதாக இருந்தது. பிறகு நான் காலம் தாழ்த்தவில்லை. உள்ளே சென்று அப்பாவிடம்

போய்வருவதாகச் சொன்னேன். வந்தபோதிருந்த அதே நிலையில் இருந்தார் அப்பா. இடது கையைச் சற்று உயர்த்திக் காண்பித்தார். ரிமோட்டை இன்னும் இறுக்கிப் பிடித்தார்.

கார் மெயின் ரோட்டுக்கு வந்தபோதே அத்வைத் கொதிக்கத் தொடங்கினான். பின் இருக்கையில் படுத்தான். பிறகு மண்டியிட்டு உட்கார்ந்தான். சன்னல் கண்ணாடியை இறக்க முயற்சித்தான். தண்ணீர் எடுத்துக் குடித்தான். துணியில் ஊற்றிக்கொண்டான். பாட்டிலைக் கீழே போட்டான். தரையில் தண்ணீர் சிந்தியது. இருக்கைப் பையில் இருந்த பிஸ்கட்டைத் தூளாக்கினான். தண்ணீரில் போட்டுக் குழைத்தான்.

"அத்வைத்..."

நான் கண்ணாடி வழியாகப் பார்த்துக்கொண்டு மென்மையாகக் கூப்பிட்டேன். அவன் உடன்படாது தலையை ஆட்டினான்.

"என் செல்லத்துக்கு என்ன படம் பார்க்கவேணும்?"

ஒரு வினாடி அமைதியாக இருந்தான். தொடர்ந்து ஒரு கத்தல்:

"எனக்கு படம் பார்க்கவேண்டாம்...!"

என் இதயம் படபடத்தது. நான் முடிந்தவரைக்கும் அதிவேகமாக வண்டியை ஓட்டினேன். அப்போது அவன் பின்னால் இருந்து தலையை முன்னால் நீட்டி பல்லைக் கடித்துக்கொண்டு காது செவிடாகும்படியாகக் கேட்டான்:

"தாத்தாவுக்கு ஏ.டி.எச்.டி. இருந்துச்சா?"

நான் திகைத்துப்போனேன். எந்தப் பதிலும் ஆபத்தானதாக இருந்தது. நான் படபடக்கும் இதயத்தோடு உடனடியாக வரவிருக்கும் வெடிப்புக்காகக்

காத்திருந்தேன். சைல்டு லாக் விழுந்திருக்கிறதா என்று மீண்டும் பரிசோதித்தேன். காரை ஒரு ஓரத்தில் நிறுத்தினேன். அவன் என்னுடைய தோளில் ஓங்கியடித்தான். பிறகு முகத்தைத் சுளித்துக்கொண்டு கேட்டான்:

“இல்லாட்டி தாத்தாவ எதுக்காக தாத்தாவோட அப்பா விட்டுட்டுப் போனாரு?”

“தாத்தாவோட அப்பா செத்துப்போய்ட்டாரு. விட்டுட்டுப் போகல.”

நான் கவனமாகச் சொன்னேன்.

“ஆனா, என்னோட அப்பா விட்டுட்டுப் போயிட்டாரு தானே?”

அவன் என்னைப் பிடித்து உலுக்கினான். நான் கண்டுகொள்ளவில்லை. பின் இருக்கையை நோக்கித் திரும்பி உட்கார்ந்து அவன் கண்களைப் பார்த்தேன்.

“அத்வைத், அம்மா சொன்னேனில்லையா, உனக்கு ஏ.டி.எச்.டி. இருக்கறதுனாலயில்ல, உங்க அப்பா நம்மள விட்டுட்டுப் போனது.”

“ஆமா... ஆமா. ஆமா ஆமா ஆமா...!!!”

அவன் பேய் பிடித்தவன் போன்று என்னை ஒதுக்கித் தள்ளிவிட்டுப் பின்னால் விழுந்து இருக்கையில் தலையைப்போட்டு உருட்டினான். என்னுடைய கை கால்கள் தளர்ந்துகொண்டிருந்தன. அழுகை தொண்டையில் முட்டித் திரும்பியது. ஆனால், அழுவதற்கு முடியவில்லை.

“செல்லம்...”

நான் மீண்டும் கூப்பிட்டேன்.

ஐ ஹேவ் டோல்டு யூ எ தௌசண்ட் டைம்ஸ். நாங்க பிரிஞ்சதுக்கு நீ காரணமல்ல. நான் சொல்லியிருக்கறேன்தானே? அம்மா ஜட்ஜ் ஆனது அப்பாவுக்குப் பிடிக்கல, தட்ஸ் வை...”

“யு ஆர் லையிங். யு ஆர் எ லையர். யு ஆர் எ ஷீட். யு ஆர் எ டெவில்...”

பல்லைக் கடித்து, கண்களை உருட்டி அவன் அக்கிரமக்காரனானான். பிறகு காருக்குள் மேலும் கீழும் குதித்தான். இருக்கையிலும் தரையிலும் புரண்டு அழுதான். நான் கண்களை மூடி ஒன்று இரண்டு மூன்று என்று அமைதியாக எண்ணினேன். எழுபத்தைந்து ஆனபோது பின்னிருக்கையில் விசும்பல் அடங்கியது. நான் காரை இயக்கினேன். என் கெட்ட நேரத்திற்கு, அப்போது மழை தொடங்கியது. கொட்டித் தீர்க்கும் மழை. அதற்குப் பிறகு டிரைவிங் நரகமாக இருந்தது. முடிவற்ற வாகன நெரிசல், என்னுடையதும் வானத்துடையதும் கண்ணீர். குடியிருப்பை அடைந்தபோது ஏழு மணியைத் தாண்டிவிட்டது. மஞ்சுவை அனுப்பிவிட்டு அவருக்குப்பதிலாக செலீனா பணியேற்றிருந்தார். கூட்டித் துடைக்கவும் உணவு சமைக்கவும் வருகின்ற குஞ்சுமோள் நேரமே போய்விட்டார் என்று செலீனா சொன்னார். எதிர்காலத்தில் சிங்கிள் பேரண்ட் ஆகிவிடுவேன் என்று உறுதியானதும் நான் மாவட்ட நீதிபதி தெரிவுக்கான தேர்வை எழுதியதற்கு ஒற்றைக் காரணமே இருந்தது - இரண்டு அலுவலக உதவியாளர்கள் கிடைப்பார்கள். ஒருவராவது எல்லா நேரத்திலும் கூடவே இருப்பார்.

தூங்கிக்கொண்டிருந்த அத்வைத்தை வாரி எடுப்பதற்காக நான் சிரமப்பட்டேன். என்னுடைய குழந்தை வளர்ந்திருக்கிறான். அவனைத் தோளில் போட்டுக்கொண்டு நடந்தபோது நான் மீண்டும் ஒடிந்த துலாக்கோல் ஆனேன். விழாமல் இருப்பதற்காக

சுவரைப் பிடித்துக்கொண்டேன். படுக்கையில் படுக்கவைத்தபோதே நான் தளர்ந்துபோனேன். அவன் விழித்துக்கொண்டான். போர்வையைப் போர்த்துவிட்டுத் திரும்பியபோது அவன் கையைப் பிடித்தான். என்னுடைய இதயம் நின்றுபோனது. இன்னொரு வெடிப்பையும் தாங்குவதற்கு நான் தயாரானேன். ஆனால் அவன், அமைதியாக இருந்தான்.

"அம்மா, டோண்ட் டெல் லைஸ்."

"அத்வைத், அம்மா இதுவரைக்கும் உன்கிட்ட பொய் சொன்னதில்லை."

நான் கவலையுற்றேன். அவன் உருகினான்.

"தென், எதுக்கு அப்பா நம்மள விட்டுட்டுப் போனாரு?"

"யாரும் யாரையும் விட்டுட்டுப் போகல. அப்பாவும் அம்மாவும் பிரிஞ்சிட்டோம்."

"என்னாலதானே? பிகாஸ் அயேம் டிஃபரண்ட்லி ஏபிள்டு?"

குழந்தைகளிடம் பொய் சொல்லக்கூடாது. நான் அவனுடைய கண்களைப் பார்த்தேன்.

"இல்லை. ஏ.டி.எச்.டி. அவ்வளவு பெரிய பிரச்சினை யொண்ணுமில்லை. இதைவிடப் பெருசா ஏதாச்சும் வந்தாலும் ஒரு அப்பாவும் தன்னோட குழந்தைய விட்டுட்டுப் போகமாட்டாங்க. அதுவும் உன்னமாதிரி ஒரு பிரிலியண்ட், ஸ்மார்ட் தேவதைக் குழந்தைய."

அவனுடைய கன்னம் சிவந்தது.

"ஸோ, எங்க அப்பா போனது என்னோட பிரச்சினைக்காக அல்ல?"

"அல்ல, பிரமோத்துக்கு ஒரு பெர்சனாலிட்டி டிஸார்டர் இருக்கறதுனாலதான்."

“வாட்ஸ் ஹிஸ் ப்ராப்ளம்?”

“லேக் ஆஃப் எம்பதி”

“ஈஸ் தட் எ டிஸார்டர்?”

அவன் ஆர்வத்தோடு எழுந்து உட்கார்ந்தான்.

“அதுதா உலகத்துலயே ரொம்பப் பெரிய டிஸார்டர்...”

“அதல்லாம, அப்பாவுக்கு என்கிட்ட பிரியம் இல்லாததுனால இல்ல.”

“பிரியம் இல்லாதது இந்த டிஸார்டராலதான்.”

“ஸோ, பிரியம் இல்லாதது அப்பாவோட குற்றமல்ல...”

“ஒருபோதுமில்லை. இட்ஸ் எ கண்டீஷன்.”

“அப்போ நாம அப்பாகிட்டக் கோவிச்சுக்கக்கூடாது.”

“கூடாது.”

அவன் சிரித்தான். நான் அவன்மீது சாய்ந்து முடியிழைகளில் விரல்களை ஓடவிட்டேன். என் குழந்தைக்கு பிரமோத்தின் தவிட்டுக் கண்களும் தடித்த புருவங்களும் நீண்டு உயர்ந்த மூக்கும் கிடைத்திருந்தன. வளரும்போது அவன் பிரமோத்தின் தனிப்பதிப்பாக இருப்பான். இருந்தாலும், அட்டன்ஷன் டெபிஸிட் டிஸார்டர் இருக்கிறதென்று மருத்துவர் சந்தேகப்பட்ட நாளில், “ஒரு நிமிசங்கூட மனநிம்மதியத் தராத இந்த நாசம்புடிச்ச ஐந்துவ இனி என் கண் முன்னாடி பார்த்தேன்னா” என்று அவன் கத்தியது நார்ஸிஸ்ட் பர்சனாலிட்டி டிஸார்டரால் இல்லாவிட்டால் வேறு எதனால்?

அவனுக்கு நான் சிறிது நேரம் முத்தம் கொடுத்தேன். காதுக்குள் விரலை விட்டு கிச்சுக்கிச்சு மூட்டினேன். அந்தக் கேள்வியை மிகுந்த கவனத்தோடுதான் கேட்டேன்.

"அத்வைத்... இன்னிக்கு அப்பாவ நெனைக்கறதுக்கான காரணம் என்ன?"

"அது... வந்து... அம்மா அம்மாவோட அப்பாவப் பார்த்தப்போ."

அவனுடைய முகம் ஒளிர்ந்தது.

"ஸீ, சம்வன் ஈஸ் டெல்லிங் எ பிக் லை."

நான் கிண்டலடித்தேன். அவனுடைய முகத்தில் குற்ற உணர்வு நிறைந்தது. அவன் திரும்பித் தலையணையில் முகம் புதைத்தான். பிறகு நேராகப் படுத்தான்.

"அம்மா, தாத்தாவோட டேபிள்ல நான் ஒரு கார்டு பார்த்தேன்."

"வாட் கார்டு?"

"வெட்டிங் கார்டு."

நான் உட்கார்ந்த நிலையில் மரத்துப்போனேன். இந்த நிமிடத்தை நான் எதிர்பார்த்திருந்தேன்.

"*Advocate K. Rajagopal Araykkal and Indira Rajagopal cordially invite you to the wedding of their dear son Adv. Pramod Araykkal with Advocate Priyanka on 2 September 2019 at.*"

நான் அவனைத் தொடரச் சம்மதிக்கவில்லை. கன்னத்திலும் நெற்றியிலும் நிறைய முத்தங்களைச் சொரிந்தேன். நாம் தப்பித்துக்கொண்டோம் என்று கேலி பேசிச் சிரித்தேன். அவனுக்குக் கிச்சுக்கிச்சு மூட்டினேன். அவன் உருண்டு புரண்டு சிரித்தான். குளிக்கவைத்து உணவு உண்ணவைத்து உறங்கும் வரைக்கும் குறும்புகள் செய்து அவனைச் சிரிக்கவைத்தேன். ஆனால், அவன் தூங்கிவிட்டான் என்று உறுதியானபோது ஊஞ்சல் அறுந்து நான் தலைகுப்புற விழுந்தேன். அழாமல் இருப்பதற்காக போராடிப்பார்த்தேன். இந்தியத் தண்டனைச் சட்டத்தில் சிரிப்பையும் அழுகையையும்

குறித்த பிரிவுகள் இல்லாததனால் ஏமாற்றமடைந்தேன். சட்டக்கல்லூரியில் சேர்ந்ததற்காக வருத்தப்பட்டேன். அதற்குப் பதிலாக மந்திரவித்தையும் மாயாஜாலமும் படிக்காமல் இருந்ததற்காக ஏமாற்றமடைந்தேன்.

சட்டக்கல்லூரியில் வைத்து பிரமோத்தைக் காதலித்தவள், அவன் கணவனாகக் கிடைப்பதற்காக ஆறேழு வருடம் திங்கட்கிழமை விரதம் இருந்தவள். பணக்கார உறவினர்களோடு பெண் கேட்டு வரும்போது அவனுக்கு அவமானம் ஏற்பட்டுவிடக்கூடாது என்பதற்காக அப்பாவைக் கடன் வாங்கச்செய்து கான்கிரீட் வீடு கட்டவைத்தவள். குரூப் சாரிடம் ஜூனியராக வேலை பார்க்கும்போது, கிடைத்த பணம் முழுவதையும் கஞ்சம்பிடித்துச் சேர்த்து நூறு பவுன் நகை சேர்த்தவள். கல்யாணத்துக்குப் பிறகுதான் பெரிய வழக்குகளில் ஜெயிப்பதால் அவனுடைய தாழ்வுமனப்பான்மை பற்றி எரிவதைப் புரிந்துகொண்டு அவை வேண்டாம் என்று விட்டவள். அவன் எழுதித் தோற்றுப்போன உரிமையியல் நீதித்துறை நடுவருக்கான தேர்வு எழுதவேண்டாம் என்று முடிவுசெய்தவள். இப்படியெல்லாம் செய்த ஒருத்தி இருந்தாள். அவள் பிரமோத்துக்குப் பிடிக்காத சேலையை உடுத்தியதில்லை. பிரமோத்துக்குப் பிடிக்காதவர்களோடு பேசியதில்லை. பிரமோத் மகிழாதவற்றில் மகிழ்ந்ததில்லை. பிரமோத்திடம் கேட்காமல் மூச்சுவிடவும் தயாராக இல்லை. மந்திரவித்தை படித்திருந்தால், அவளை முள்ளாணி பதிக்கப்பட்ட மூங்கில் பிரம்பால் தலைமுதல் கால்வரை அடித்துத் துவசம் செய்திருக்கலாம். நகத்தையும் பல்லையும் பிடுங்கியெடுத்துவிட்டுப் பலிக்கல்லில் வைத்துக் கழுத்தை வெட்டியிருக்கலாம். மீதியுள்ள உடலை அடுத்த ஏழாயிரம் ஆண்டுகளுக்கு யட்சிப்பாலை மரத்தில் ஆணி அடித்துத் தொங்கவிடுவதற்கு உத்தரவு போட்டிருக்கலாம்.

மாயாஜாலம் படித்திருந்தால், அத்வைத்துக்கு முறுமுறுப்புத் தொடங்கும்போது அவனையும் கூட்டிக்கொண்டு வானத்தில் பறந்திருக்கலாம். மரங்களில் இருந்து மிட்டாய் உதிர்த்துக் கவனத்தைத் திருப்பியிருக்கலாம். போரடிக்கும்போது பறவைகளை வைத்து அவனிடம் கதை சொல்லவைத்திருக்கலாம். எல்லாவற்றுக்கும் மேலாக, எனக்கு அழுகை வரும்போது சுற்றிலும் நிற்பவர்களின் கண்களைக் கட்டியிருக்கலாம். அவர்கள் பார்க்காமல் அழுது தீர்த்திருக்கலாம்.

அத்வைத்தைச் சேர்த்தணைத்துப் படுத்திருந்தபோது நான் மந்திரவித்தையும் மாயாஜாலமும் படிப்பது குறித்துத் தீவிரமாகச் சிந்தித்தேன். குருவாக அந்த ஆளைத்தான் நான் ஆசைப்பட்டேன் - காக்கசேரி கயாலுதீன் தங்ஙள். எப்போது உறங்கினேன் என்று தெரியவில்லை. ஆனால், விழித்தபோது அறை முழுவதும் தலையைக் கிரங்கவைக்கும் யட்சிப்பாலை மலரின் வாசனை அலையடித்தது.

மூன்று

காக்கைகளைப் புரிந்துகொள்ள முடியும் என்பதால் தான் காக்கசேரி பட்டதிரிக்கு அந்தப் பெயர் வந்தது. நேற்றுப் பார்த்த காக்கை எதுவென்றும் கடந்த வாரம் பார்த்தது எதுவென்றும் தெரிந்திருந்தது. அது அவருடைய அறிவாற்றலால் என்றுதான் ஐதீகமாலையில் படித்தேன். நான் அதை நம்பவில்லை. மனிதர்களைப் புரிந்துகொள்வதற்கு நாம் அவர்களை நினைக்கவேண்டும். பறவைகளையும் மிருகங்களையும் புரிந்துகொள்ளவேண்டுமென்றால் அவை நம்மை நினைக்கவேண்டும். அது அறிவாற்றலின் பிரச்சினையல்ல. ஞாயிற்றுக்கிழமை அம்மாவைப் பார்ப்பதற்காகப் போனபோதுதான் என்னால் அதைப் புரிந்துகொள்ள முடிந்தது. அம்மாவின் பிள்ளைகளின் எண்ணிக்கை முப்பதைக் கடந்திருந்தது. அவர்களில் பலரும் என்னைப் பார்த்ததும் ஓடிவந்தனர். அப்போது நான் அவர்களை அடையாளம் கண்டுகொண்டேன். "சுற்றுவட்டாரத்துல எந்த நாய்க்குட்டியப் பார்த்தாலும் ஊர்க்காரங்க பிடிச்சுக் கொண்டுவந்து கொடுப்பாங்க" என்று அம்மா மகிழ்ச்சியோடு சொன்னார்.

அம்மாவிடம் பிள்ளைகளுக்கு இருக்கும் விசுவாசத்தைப் பார்த்து எனக்குத் தாழ்வு மனப்பான்மை தோன்றியது. பத்து மாதம் வயிற்றில் சுமந்து, வேதனைப்பட்டுப் பிரசவித்தார், வேதனைப்பட்டுத்தான் பால் கொடுத்துப் பாதுகாத்தார். இருந்தாலும்கூட அந்த

உயிர்களைப்போல நிபந்தனையின்றி நான் அம்மாவை நேசித்திருக்கவில்லை. "இவனுக்கு பயங்கர முன்கோபம்", "இவளுக்கு பயங்கர பொஸஸிவ்னஸ்", "இதா வாரான், சோம்பேறித்தனத்தோட மொத்த உருவம்", "இவனைப் பார்த்தியா, உடம்புக்கு முடியலைன்னா அப்புறம் எதுவும் பார்க்கமாட்டான்." "இவளை இங்க ஒரு முதலாளி நிறைய பணம் கொடுத்து வாங்கினாரு. அந்த ஆளு பாசம் காட்டுவாரு, ஆனா, பயங்கரமா அடிப்பாரு. ஒரு நாள் அடி கூடிப்போச்சு, இவ அந்த ஆளக் கடிச்சுக் குதறிட்டா. அந்த ஆளு உடனே துப்பாக்கிய எடுத்துச் சுட்டுட்டாரு, அதனாலதான் இப்படி ஒடிஞ்சு ஒடிஞ்சு நடக்கறா". - என்றவாறு ஒவ்வொரு மகனையும் மகளையும் அறிமுகப்படுத்தினார். அத்வைத் பாட்டிக்கு முத்தம் கொடுக்கும்போது முப்பத்தியிரண்டு பேரில் கிட்டத்தட்ட எல்லோரும் 'எனக்கும், எனக்கும்' என்று ஆர்ப்பாட்டம் செய்தனர். நான்கு ஆண்டுகளுக்கு முன்பு பார்த்த வெட்டுப்பட்டவன் கோணிப்போன தலையோடு கூட்டத்திற்குள் இடித்துக்கொண்டு முன்வந்தான். "என்னோட காலத்துக்குப் பின்னாடி பையன் பார்த்துக்குவான் இவங்கள" என்று அம்மா சொன்னபோது அத்வைத் கொண்டாட்டக்காரனானான்... விளையாட்டுக்கும் சிரிப்புக்கும் கேலிக்கும் இடையில் சிறிய ஒரு இடைவேளை கிடைத்தது. அந்த நேரத்தில்தான் நான் அம்மாவிடம் சொன்னேன்:

"நான் முந்தாநேத்து கோர்ட்ல வச்சு கொஞ்சம் மயங்கி விழுந்துட்டேன்."

வண்டி இடித்துக் கால் ஒடிந்த 'ஸோனு'வை அம்மா கொஞ்சிக்கொண்டிருந்தார். ஒன்றும் பேசவில்லை. எல்லாப் பிள்ளைகளுக்கும், 'ஸோனூ, மீனு, சக்கீ, கூண்டுல போயி படுத்துக்கங்க', 'ஜாக்கீ, நீ அங்க, குக்கீ நீ இங்க, சண்டப்போட்டீங்கன்னா எல்லாருக்கும்

அடி கெடைக்கும்' என்றெல்லாம் ஒவ்வொன்றுக்கும் உத்தரவுகளைப் பிறப்பித்துவிட்டு எழுந்தார். 'நீ வா நாம உள்ள உட்கார்ந்து பேசலாம்' என்று அழைத்தார். வராந்தாவின் பக்கவாட்டுச் சுவரில் உள்ள ஹேங்கரில் மேல் அங்கியைக் கழற்றி மாட்டினார். சோப்புப் போட்டுக் கையைக் கழுவினார். துண்டில் கையைத் துடைத்தார். பின்னர் நிதானமாக உள்ளே சென்றார். நான் பின்தொடர்ந்தேன். மண்ணால் கட்டிய வீடு அது. ஒரு பெரிய ஹாலும் சமையலறையும் குளியலறையும் மட்டுமே உள்ளது. அம்மாவுக்கு வேண்டியதெல்லாம் அம்மாவின் கைக்கெட்டும் தொலைவில் இருந்தன. அம்மாவுக்கு வேண்டாதவை எதுவும் அங்கே இருக்கவில்லை. கல்யாணம் முடிந்து அப்பாவின் வீட்டில் புகுந்தபோது அம்மாவின் கையில் ஒரு தகர டிரங்க் பெட்டி இருந்தது. அதில் இருந்தது நான்கு ஜோடி ஆடைகளும் மீதி புத்தகங்களும். காலப்போக்கில் டிரங்க் பெட்டி சிதைந்துபோனது. ஆனால், அப்பாவின் வீட்டிலிருந்து வெளியேறியபோதும் அம்மாவுக்குக் கொண்டுவருவதற்கு அவ்வளவே இருந்தது - ஒருசில துணிமணிகள், இரண்டு அட்டைப் பெட்டி நிறைய புத்தகங்கள். அன்று வைத்திருந்த என்னுடைய மாருதி காரில் அதற்குப் பிறகும் அதிக இடம் இருந்தது.

அத்வைத்துக்குக் கேம் விளையாடுவதற்கு மொபைலைக் கொடுத்துவிட்டு நான் சமையலறைக்குச் சென்றேன். அம்மா தேனீருக்குத் தண்ணீர் வைத்துக்கொண்டிருந்தார். ஷெல்ஃபின்மேல், வெங்காயமும் கிழங்கும் போட்டுவைத்த சிறிய கூடைகளுக்குப் பக்கத்தில், ஒரு சிறிய ஆங்கிலப் புத்தகம் கவிழ்த்து வைக்கப்பட்டிருந்தது. நான் அதை எடுத்துப் பார்த்தேன் - 'தி வெஜிடேரியன்' - ஹாங் காங். "மீனா வாங்கிக் கொடுத்தது, நல்ல புத்தகம்" என்று அம்மா சொன்னார். "ஜட்ஜ் வேலைக்கு நடுவுல உனக்கு எங்க நாவல் வாசிக்கறதுக்கு நேரம்!" என்று கவலைப்படவும் செய்தார்.

"அம்மா ஒரு நாள் என்கூட இருந்து பாருங்க. அப்பத் தெரியும். ஜட்ஜ் வேலையோட சுகம்."

"ரண்டு மணி நேரம் ஆஃபீசுக்கும் ரண்டு மணி நேரம் வீட்டுக்கும் பஸ்ல உட்கார்ந்துக்கிட்டும் சீட் இல்லாதப்ப நின்னுக்கிட்டும்தான் நான் வாசிச்சதெல்லாம்."

அம்மா வாதத்திற்குத் தயாரானார். நான் கைகூப்பி வணங்கினேன். அம்மா சிரித்துக்கொண்டு தேனீர் கொடுத்தார். அப்போது நான் நீதிமன்றத்தில் நடந்ததை விவரித்தேன். கோப்பையை என்னிடம் நீட்டும்போது அம்மா என்னைக் கூர்ந்து பார்த்தார்:

"பிரமோத்தோட கல்யாணத்தப் பத்தின ஸ்ட்ரெஸ்சா?"

"முன்னாடியே கேள்விப்பட்டேன். ஆனா, அதல்ல."

"எனக்கும் கார்டு அனுப்பினான்."

"எனக்கும் அனுப்புவானா இருக்கும்."

நான் சிரிக்க முயற்சித்தேன். ஆனால், சிரிப்பு கோணிப்போனது.

"இல்ல. உனக்கு அனுப்பறது சரியல்லங்கறதுனாலதான் விவரம் தெரிவிக்க வேணுங்கறதுக்குத்தான் எனக்கும் அப்பாவுக்கும் அனுப்பியிருப்பான்."

"பெரிய மனுசன்."

"வேற எதாச்சும் ஸ்ட்ரெஸ்?"

நான் அம்மாவிடம் சத்தியம் செய்தேன். அன்றைய ஒரே ஸ்ட்ரெஸ் ஐந்தரை மணிக்கு மகனுடைய பள்ளிக்குப் போய்ச்சேருவது மட்டுமாக இருந்தது. அம்மா நம்பவில்லை. அப்போது செலீனாவும் ரோஸியும் சொன்ன விவரத்தை நான் பகிர்ந்துகொண்டேன் - காக்கசேரி கயாலுதீன் தங்ஙளின் பயமுறுத்தல். அம்மா சிரித்தார்.

“உலகத்துல டெலிபதியும் ஹிப்னாஸிசமும் எல்லாம் இருக்கலாம். ஆனா, நீ அனுமதிக்காம உன்னோட மனசுக்குள்ள எந்த யோகீஸ்வரனையும் எந்தத் தங்ஙளும் கட்டி இறக்க முடியாது.”

“எனக்கு என்னமோ பயமா இருக்குது, அம்மா.”

“என்னோட எண்ணம், ஜட்ஜ்களுக்குப் பயமோ கவலையோ பாவப்பட்ட மனுசங்கமேல இரக்கம் தோணறதுக்கான மனசோ எதுவும் இல்லைங்கறதுதான்.”

அம்மா கேலி செய்தார். பின்னர், சிறிது நேரத்திற்குப் பிறகு கேட்டார்:

“அப்பாகிட்ட இதப்பத்திச் சொல்லியிருந்தியா?”

“மயங்கி விழுந்ததொண்ணும் சொல்லல. தங்ஙளப் பத்திக் கேட்டேன். காக்கசேரிக்காரங்க ஜோனகர்ன்னு அப்பா சொன்னார். ஜோனகர்ன்னு சொன்னா முஸ்லீம் மந்தரவாதிகளா?”

“முகமதியன், துருக்கிக்காரன், யவனன் அப்படீங்கறது தான் அந்தச் சொல்லுக்கு அர்த்தம்னு தோணுது. ஒருகாலத்துல வேற நாடுகள்ல இருந்து வந்த வியாபாரிங்களுக்குப் பொதுவாச் சொன்ன பேருதான் ஜோனகன்னு முன்னொரு காலத்துல தொழிற்சங்க மாநாட்டுல ஏதோ ஒரு பேச்சாளர் சொற்பொழிவாற்றிக் கேட்டது ஞாபகத்துல இருக்குது. திப்புசுல்தானோட படையெடுப்புக் காலத்துல மதம் மாறினவங்கள வடக்கு மாவட்டங்கள்ல ஜோனகர்ன்னு கூப்பிடுவாங்க.”

தன்னுடைய கோப்பையில் இருந்த தேனீரை இரண்டு மிடறு குடித்துவிட்டுத்தான் அம்மா கேட்டார்:

“உங்க அப்பாவுக்கு எதனால நாய் பிடிக்காதுன்னு தெரியுமா?”

“வீட்டுல வளர்க்கக் கூடாதுங்கற நம்பிக்கையினால தானே?”

“யோகீஸ்வரன் மாமாவ மூத்த மருமகன் நடுமுற்றத்துல தோண்டிப் பொதச்சப்பத் தோண்டி எடுத்தது ஒரு நாய்தான்.”

“அது எந்த நாய்?”

“காசீல இருந்து கூடவே வந்தது. பாவம். அதுக்கு அதும் இதும் திங்கறதுக்குக் கொடுத்ததுக்கான நன்றியக் காமிச்சிருக்குது.”

என்னுடைய உடல் குளிர்ந்தது.

“ஆனா, பிள்ளைங்க வந்ததல்லாம நாயும் கூடவந்த கதைய அப்பா சொல்லலையே?”

“சொல்லலதானே. தோண்டிப் பொதச்ச கதையச் சொன்னாரா? இல்லதானே?”

“பொண்ணுங்க ரண்டுபேரும் தேவதைங்க. அவங்களக் குடிவச்சிட்டு யோகீஸ்வரன் மாமா சமாதியடஞ்சிட்டாரு - அதுதானே ஐதீகம்?”

“பாரம்பரியத்தப்பத்தி அதிகமா பெருமைப்படறதுல வார சிக்கல் அதுதான். எல்லாத்தையும் வெளிப்படையாச் சொல்லமுடியாது. அப்போ புதுசா ஒரு ஐதீகத்த உண்டாக்கவேண்டி வரும்.”

அம்மா ஒட்டுதல் இல்லாமல் சிரித்தார். நான் சொல்லற்றுப் போனேன். ஒரு நண்பகலில் வினோதமான நறுமணத்தோடு நீதிமன்றத்துக்கு வந்த வாதி, என்னுடைய வாழ்க்கையை மேலும் மேலும் சிக்கலாக்குகிறானே என்று நான் யோசித்தேன். காக்கசேரி தங்ஙளைப் பார்த்து எல்லாச் சந்தேகங்களையும் தீர்த்துக்கொள்ள நான் விரும்பினேன். ஆனால், அதே சமயம் நான் பயப்படவும் செய்தேன். மறுபடியும் பார்க்கும்போது

அவன் என்னுடைய சிந்தையில் யாரைக் கட்டி இறக்குவானோ? யோகீஸ்வரன் மாமாவையா? காக்கசேரி பட்டதிரியவா? அல்லது காக்கசேரி பட்டதிரி வாதத்தில் தோற்கடித்த உத்தண்ட சாஸ்திரிகளையா? என்னவானாலும் அம்மா கொடுத்த தேனீரைக் குடித்துத் தீர்வதற்கு முன்பு நான் இரண்டு முடிவுகளை எடுத்தேன் - ஒன்று, அந்த வழக்கை உடனே விசாரணைப் பட்டியலில் சேர்த்தல். இரண்டு, ஒரு வாரத்துக்குள் அவனுடைய வழக்கை முடித்தல்.

குடியிருப்புக்குத் திரும்பிச் செல்லும்போது, அத்வைத் மகிழ்ச்சியாக இருந்தான். அவன் வாய் ஓயாமல் பேசினான். வழியில் நிறுத்தி பீட்சா வாங்கிக் கொடுத்தபோது பக்கத்து மேசையில் இருந்த பெண் குழந்தையிடம் வலியச்சென்று அறிமுகம் செய்துகொண்டான். பாட்டிக்கு முப்பத்தியிரண்டு குழந்தைகள் இருப்பதாக அவளுக்குத் தெரிவித்தான். அரைமணி நேரத்துக்குள்ளாக ஒரு டம்ளரை உடைக்கவும் இரண்டு ஸ்பூன்களைத் தரையில் போட்டு எல்லோருடைய கவனத்தையும் ஈர்க்கவும் செய்தான்.

மாலையில்தான் வீட்டுக்கு வந்துசேர்ந்தோம். அதன்பிறகு பரபரப்பாகிவிட்டது. அத்வைத்தின் வீட்டுப் பாடம் - பள்ளிக்கூட டைரி - புத்தகம் அடுக்கி வைப்பது. ஊட்டி விடுவது. உறங்கவைப்பது. என்னுடைய சிறுசிறு பணிகள் - எல்லாம் தீர்ந்தபோது நான் திடீரெனத் தனிமைப்பட்டேன். அம்மாவிடம் இன்னும் கொஞ்ச நேரம் பேசியிருக்கலாம் என்று தோன்றியது. என்னுடைய விவாகரத்தும் அம்மாவின் வீடு மாற்றமும் ஒரே காலத்தில் நடந்தன. இரண்டாயிரத்துப் பதிமூன்றில்தான் அம்மா ஓய்வு பெற்றார். அதற்கு ஏழு வருடம் முன்பு நடந்தது என்னுடைய திருமணம். கல்யாணத்துக்கு இரண்டு நாட்களுக்கு முன்பு இரவு நேரத்தில் அம்மா என்னுடைய அறைக்கு வந்தார்.

கட்டிலில் என்னோடு படுத்துக்கொண்டார். வயதுவந்த பிறகு அது முதலாவது அனுபவமாக இருந்தது. நான் கொண்டாட்டத்தோடு அம்மாவைக் கட்டிப்பிடித்தேன். நெஞ்சில் தலைவைத்தேன். அப்போது அம்மா இடறிய குரலில் சொன்னார்:

“உன்னோட கல்யாணத்தோட, ஊரு நடப்ப அனுசரிச்சு அம்மாங்கற நிலையில என்னோட கடமையெல்லாம் முக்கால்பாகமும் தீர்ந்துடும்.”

“அப்படித் தீர்ந்துபோயிடுமா ஒரு அம்மாவோட கடமை?”

நான் கொஞ்சினேன்.

“பின்ன தீராதா? இனி என்ன பாக்கி? நீ பிரசவிக்கிறபோது கொஞ்சநாள் கூட இருக்கணும். குழந்தைங்களுக்கு மூணு நாலு வயசு ஆகறவரைக்கும் தேவைப்பட்டா உதவணும்.”

“அது முடிஞ்சிட்டா?”

“காசிக்குப் போகணும்.”

அம்மா சொன்னார். நான் சிரித்தேன்.

“அப்பாவும் வருவார்தானே!”

“ஒத்தையா.”

“அப்பா சம்மதத்தோடதானே!”

“சம்மதம் கேட்கறதையெல்லாம் முடிவுக்குக் கொண்டுவார விசயத்தத்தான் நான் சொல்றேன்.”

எனக்கு ஒன்றும் புரியவில்லை. ஆனால், அம்மாவின் குரல் பொங்கியது இதயத்தில் இருந்துதான்:

“எனக்கு என்னோடதுன்னு ஒரு இடம் வேணும், பாவனா.”

"அம்மா என்ன இப்படிச் சொல்றீங்க?"

நான் எழுந்து உட்கார்ந்தேன். அம்மாவும் எழுந்து உட்கார்ந்தார். பிறகு எனது கையைப் பிடித்துக்கொண்டு கண்களைப் பார்த்து மிகத்தீவிரமாகச் சொன்னார்:

"ஏழு வருசம் முடிஞ்சா நான் ரிட்டயர் ஆயிடுவேன். அப்போது எனக்கு ஒரு துண்டு நெலமும் ஒரு ஒத்த அறையுள்ள வீடும் வேணும். எனக்குப் பிடிச்சமாதிரி ஒரு அறை."

நான் உணர்விழந்தவளாக உட்கார்ந்திருந்தேன். அம்மா தொடர்ந்தார்:

"ராத்திரி ஏழு மணிக்கு பஸ்ஸ விட்டு இறங்கி வீட்டுக்கு ஓடும்போது நான் சிலசமயம் தனியாத்தான். என்கூட வந்துக்கிட்டு இருந்தது அந்த செம்பன் நாய்தான். ஆபீஸ்ல டீயோட சாப்பிடற பலகாரத்துல மீந்தத டிஃபன் பாக்ஸ்ல போட்டுட்டு வந்து நான் அதுக்குக் கொடுப்பேன். ஒரு நாளு பார்க்கறபோது வண்டி இடிச்சு காலு ஒடிஞ்சு கெடக்குது. கண்ணுல கண்ணீர் வடியுது. எனக்கு அதைப் பார்த்துட்டு நிக்கிறதுக்கு முடியல. நான் அதை எடுத்துக்கிட்டு இங்க வந்தேன். நான் அப்படிச் செஞ்சது, இது என்னோட வீடுன்னு நெனச்சுக்கிட்டுத்தான்."

"அம்மா என்ன குழந்தைங்கமாதிரி? இது அம்மாவோட வீடுதானே?"

"அன்னைக்குத்தான் எனக்குப் புரிஞ்சுது, இது என்னோட வீடல்ல. என்னோட விருப்பப்படி ஒரு வாய்பேசாத உயிரைக்கூடக் கொண்டுவாரதுக்கோ இளைப்பாற வைக்கறதுக்கோ ஒரு நாள் உணவு கொடுக்கறதுக்கோ எனக்கு உரிமையில்ல."

"அம்மா ஏன் இப்படிச் சொல்றீங்க? நாய் அப்பாவுக்குப் பிடிக்காதுங்கறதுனாலதான?"

“அப்படீன்னா நாளைக்கு நான் ஒரு மனுசனக் கூட்டிவந்து காட்டறேன்.”

“அம்மா என்ன இப்படிச் சொல்லிட்டிருக்கீங்க? அப்பாவுக்கு அம்மாகிட்ட அன்பில்லைன்னா?”

“ஒருத்தரோட பணிவிடைகளுக்கு இன்னொருத்தர் கொடுக்கற கைமாறல்ல, அன்பு. அது ஒருத்தங்க இன்னொருத்தங்ககிட்டக் கண்டடையற பூரணத்துவம்.”

எனக்கு அது ஒரு அடியாக இருந்தது.

“நான் இப்பச் சொன்னது உன்னோட சந்தோசத்தக் கெடுக்கறதுக்கு வேண்டீன்னு நினைக்காதே. ஒரு முன்னறிவிப்பு மட்டுந்தான். உன்னோட வயசுல நான் நினைச்சது குடும்பங்கறது சொர்க்கம்னுதான். கொஞ்ச நாள்ல புரிஞ்சுபோச்சு, இதுவும் ஒரு வேலை செய்யற இடம்தான். இருபத்திநாலு மணி நேர வேலையிது, லீவு இல்ல, புரமோசன் இல்ல. அப்படி ஒருசில வித்தியாசம் மட்டுந்தான். வேலை செய்யற இடத்துல ஒரு நல்ல சர்வீஸ் என்ட்ரியெல்லாம் கெடச்சுதுன்னு இருக்கும். வீட்டுக்குள்ள, செஞ்சுகொடுத்தது எதையும் கணக்குப் புத்தகத்துல பார்க்க முடியாது. செய்யவேண்டியது மட்டுந்தான் இருக்கும். உன்னோட வாழ்க்கை அப்படி ஆகாம இருக்கட்டும். ஆனா, அப்படியொரு நிமிசம் வாரதுக்கான சந்தர்ப்பம் உண்டுங்கறத மறந்துடாத. தளராம இரு.”

அம்மா வாழ்க்கையில் நல்கிய ஒரே உபதேசம். அது திருமணமான தொடக்க மாதங்களிலேயே பயன்பட்டது. ஒருவரை ஒருவர் எப்படி மகிழ்விப்பது என்பதாக இருக்கவில்லை பிரமோத்தின் எண்ணம். என்னைவிடத் திறமையானவன் என்று காட்டுவது எப்படி என்பதாக இருந்தது. வக்கீல் என்ற நிலையில் எனக்குக் கிடைத்த புகழ்தான் உரசலுக்கான முதல் காரணமாக இருந்தது. அதை ஏற்றுக்கொள்வதற்குச்

சங்கடமாக இருந்தது. அதனால், கருத்தரிப்பதற்குத் தாமதமானதை உலகப் பிரச்சினையாக்கிவிட்டான். பரிசோதனையில் பிரச்சினை பிரமோத்திற்குத்தான் என்பதைக் கண்டுபிடித்தார்கள். அப்போது சந்தேக நோய் தொடங்கியது. முன்கோபமும் கர்ஜனையும் சிறிய விசயத்துக்கு நீண்ட சண்டையும் ஒருமுறை கன்னத்தில் அறையும் கிடைத்தது. மருத்துவமனை ஏறி இறங்கிக் குழந்தை உண்டானபோது என்ன ஆனது? குழந்தை இல்லாததல்ல பிரச்சினை என்பது தெளிவானது. அடுத்த பிரச்னையானது குழந்தையின் செயல்பாடுகள். அத்வைத்துக்கு அட்டன்ஷன் டெபிஸிட் ஹைபர் ஏக்டிவ் டிஸ்ஸார்டர் (A.D.H.D.) இருக்கிறதென்று மருத்துவர் சந்தேகத்தைச் சொன்னதுதான் தாமதம் - பல வருடங்களாக மனம் புரட்டிக்கொண்டு நின்ற தாம்பத்தியம் ரத்த வாந்தியெடுத்தது; அந்த வினாடியே செத்துப்போய்விட்டது. அந்தநேரத்திலும் ஓடியது அம்மாவிடம்தான். அம்மா ஒன்றுதான் சொன்னார்:

“தாகூர் எழுதியதை நினைச்சாப் போதும்: கூண்டுக்குள் என்றால் சிறகு விரிப்பதற்கு இடமில்லை. ஆனால், அமர்வதற்குக் கம்பி உண்டு. வானத்திலென்றால் சிறகு விரிப்பதற்கு இடமுண்டு. ஆனால், அமர்வதற்குக் கம்பி இல்லை. எது வேண்டும்? நீதான் முடிவு செய்யவேண்டும்.”

முடிவெடுப்பதற்கு அச்சப்படவில்லை. கூண்டின் எஞ்சியிருந்த கம்பிகள் இற்றுப்போயிருந்தமையால் இருக்கலாம். குஞ்சுக் கிளியை எடுத்துக்கொண்டு வெளியே வந்தேன். சிறகு விரித்துப் பறந்தேன். அமர்வதற்குச் சொந்தமாக ஒரு கிளையைக் கண்டுபிடித்தேன் - நான்கு ஆண்டுகளுக்கு முன்பு மாவட்ட நீதிபதி தெரிவுக்கான தேர்வில் முதல் முயற்சியிலேயே வெற்றிபெற்றபோது. குடியிருப்பு, வாகனப் படி, இரண்டு அலுவலக உதவியாளர்கள்,

பாதுகாப்பான வாழ்க்கை, வேறு எதற்கும் நேரம் கிடைக்காத அத்தனை வேலைப்பளு. பெரிய பிரச்சினை இல்லாமல் முன்னேறிச் சென்றுகொண்டிருந்தேன் - அதற்கிடையில்தான் யோகீஸ்வரன் மாமாவைக் கூட்டிக்கொண்டு காக்கசேரி தங்ஙளின் வருகை.

நான் அத்வைத்துக்குப் போர்த்திவிட்டுப் படுக்க வைத்தேன். ஜன்னலுக்குப் பக்கத்தில் சென்று உட்கார்ந்தேன். மூன்று நாட்கள் கழிந்தால் பௌர்ணமி. அதனால் நிலவொளிக்கு உற்சாகம் வந்திருந்தது. ஜடையும் தாடியும் நீண்டிருக்கும் ஒரு மழைமேகம் வெள்ளி இளநீரோடு யாரையோ தேடுவதைப் பார்த்தேன். மூத்த மருமகன் யோகீஸ்வரன் மாமாவை ஒழித்துக்கட்டிய கதையை நான் அலசி ஆராய்ந்தேன். அம்மா சொன்னதன்படி, மாமா திரும்பி வந்தது மருமகனுக்குப் பிடிக்கவில்லை. ஐந்து வருடம் யானையின்மேல் சவாரி செய்துவிட்டுத் திரும்பவும் வாலாட்டுவதற்கு யாருக்குத்தான் பிடிக்கும்? முதலில் ஒரேயொரு வீரனைத்தான் அனுப்பினார். யோகீஸ்வரன் மாமா அவனை சுட்டுவிரலைக் காட்டிச் சிலையாக்கிவிட்டார். சுட்டுவிரல்தான் இடையூறு என்று நினைத்த மூத்த மருமகன் யோகீஸ்வரன் மாமா விளக்கேற்றிய நேரம் கையைத் தட்டிவிட்டுத் தீக்காயம் உண்டாகவைத்துச் சுட்டுவிரலைக் கட்டிவைக்கச் செய்தார். நான்கு வீரர்களை அனுப்பினார். திருஷ்டி மர்மம் படித்திருந்த யோகீஸ்வரன் மாமா அவர்களைக் கூர்ந்து பார்த்துச் சிலைகளாக்கிவிட்டார். அடுத்ததாக மூத்த மருமகன் விஷம் சேர்த்து பால் கஞ்சி பரிமாறினார். யோகீஸ்வரன் மாமா அதை உதட்டருகில் கொண்டுசென்றார். அப்போது மூத்தவள் பனய்க்காட்டுக் காவில் இருந்து ஒரு மரோட்டிக் காயைப் (நீரடி முத்து) பறித்தெடுத்து ஒரே வீச்சு. கிண்ணம் கையிலிருந்து தெறித்தது.

கோபமேறிய மூத்த மருமகன், யோகீஸ்வரன் மாமா நடந்து போகின்ற வழியில் மதம்பிடித்த யானையை விட்டார். இளையவள் கொடியில் ஊஞ்சலாடி வந்து அந்த யானைக்கு ஒரு சீப்பு பழம் கொடுத்து வசப்படுத்தி நிறுத்திவிட்டாள். அப்போது மூத்த மருமகன், யோகீஸ்வரன் மாமா படுத்திருந்த அறையில் ஆயிரம் பாம்புகளைத் திறந்து விட்டார். ஆயிரம் பாம்புகளும் பின்னோக்கி ஊர்ந்து வனத்தில் மறைந்தன. தேடிச்சென்றவர் தலையில் முடியிழைகளுக்குப் பதிலாக நெளிகின்ற நாகங்களோடு அத்திப்பழத்தை உடைத்துத் தின்கின்ற மூத்தவளைப் பார்த்துப் பயந்து மயக்கமடைந்துவிட்டார். அதனைத்தொடர்ந்து, யோகீஸ்வரன் மாமா தூங்கிக்கொண்டிருந்தபோது தாக்குவதற்காக ஒரு படையையே மூத்த மருமகன் அனுப்பினார். இளையவள் ஊஞ்சலாடிய கொடியில் தடுக்கிவிட்டு படைவீரர்கள் குப்புற விழுந்து செத்தனர். அவ்வளவும் ஆனபோது அவர் ஒரு விசயத்தைப் புரிந்துகொண்டார். யோகீஸ்வரன் மாமாவின் சக்தி அந்தப் பெண்பிள்ளைகளிடம்தான். அவரைக் கொல்லவேண்டுமென்றால் அவர்களை அழிக்கவேண்டும். அதற்கு ஒரு வழிதான் இருந்தது - தீயும் மழையும் தொட்டதை உண்ணச்செய்தல். அவர் இளநீரில் ஓட்டை போட்டு உள்ளே இருக்கும் நீரை ஊற்றிவிட்டு அதற்குப் பதிலாகக் கொதிக்கும் நீரை நிறைத்தார். ஒரு வாய் குடித்ததும் மூத்தவள் மயங்கி விழுந்தாள். அவளுடைய தலையில் இருந்த நாகங்கள் செத்துப்போயின. அவளை அவர்கள் வலைபோட்டுப் பிடித்தனர். கின்னரி உடுப்பையும் உருவி எடுத்தனர். கரை வேட்டியால் முலைக்கச்சை கட்டி, முடியைக் கொண்டை போட்டு, கழுத்தில் பாலைக்காய்த் தாலியும் நாகபடத் தாலியும் அணிவித்து, பனய்க்காட்டுக் காவில் யட்சிப்பாலை மரத்தில் வைத்து ஆணியடித்தனர். கொடியில் மயங்கித் தொங்கிக்கொண்டிருந்த

இளையவளைக் கீழே இறக்குவதற்குக் கற்ற வித்தைகள் பதினெட்டையும் பயன்படுத்தியும் பலிக்கவில்லை. அவர் கொடியைப் பிடித்து ஒரு ஆட்டு ஆட்டிவிட்டார். கொடி ஆடிச்சென்று ஐம்பது காதத்துக்கு அந்தப்பக்கம் உள்ள ஜோனகருடைய வீட்டுப் பரணில் மோதி இளையவளைத் தள்ளிவிட்டது. எதிர்பாராமல் வானத்திலிருந்து உடைந்து விழுந்த பெண் பிள்ளை, அல்லாவின் பரிசு என்று கருதிய ஜோனகர் தலைவர் அவளை நிலவறையில் அடைத்தார். காச்சி உடுப்பு★ம் முக்காடும் இடவைத்தார். அவளுடைய அழுகை வெளியே கேட்காமல் இருப்பதற்காக அவளை அவர் ஒரு பெரிய செம்புக் கொப்பரையைக் கொண்டு மூடினார். கரைபோட்ட புடவையும் பாலைக்காய்த் தாலியும் ஒருக்களித்துக் கொண்டை போட்ட முடியுமாக அக்காள் ஒவ்வொரு இரவிலும் யட்சிப்பாலை மரத்தில் கிடந்து நெளிந்துகொண்டு ‘தங்கச்சீ’ என்று ஓங்கி அழுதாள். முக்காட்டையும் காச்சி உடுப்பையும் காலில் கட்டப்பட்ட சங்கிலியையும் உருவியெறிய முடியாமல் தங்கை ஜோனகரின் கொப்பரைக்கு அடியில் கிடந்து ‘அக்கா’ என்று அழுது கூச்சலிட்டாள்.

பிறகுதான் அவர் யோகீஸ்வரன் மாமாவைச் சுற்றி வளைத்தார். வாளும் வேலுமாகக் குதித்து வந்த மருமகன் முதலில் முதியவரின் கண்களைக் குத்திக் குருடாக்கினார். பிறகு விரல்களை வெட்டினார். தலையை வெட்டப் போகும்போது யோகீஸ்வரன் மாமா ஜெபிப்பதற்கு ஐந்து நிமிடம் கேட்டார். அவர் அவரைக் குத்திக் கொன்றார். நடு முற்றத்தில் இரண்டு ஆள் ஆழத்திற்குக் குழி தயாராக இருந்தது. அங்கே யோகீஸ்வரன் மாமாவை மூடி வைத்தார். கேட்டு வந்தவர்களிடம் மாமா திரும்பவும் காசிக்குப் போய்விட்டார் என்று பொய் சொன்னார். அந்தநேரத்தில் ஊரார் முன்பாக உள்ளே ஓடிய

★ மலபார் பகுதியில் மாப்பிள்ளை முஸ்லீம் பெண்கள் அணிந்துவந்த பாரம்பரிய உடை.

நாய், வீட்டின் நடு முற்றத்தில் இருந்த ஈர மண்ணை முகர்ந்துகொண்டு தோண்டியது.

அதற்குப்பிறகு அப்பாவின் குடும்பத்தில் இருந்து யாரும் காசிக்குப் போகவில்லை. கங்கையில் கரையவில்லை. அவர்களுக்காக வீட்டின் தெற்குப் பக்கம் ஒரு சிறிய அறை கட்டப்பட்டது. அதற்கு ஒரு அவலட்சனமான ஜன்னல் இருந்தது. குழியாகிப்போன ஒரு கயிற்றுக்கட்டில் இருந்தது. அதில் படுத்துக்கிடந்து அவர்கள் 'ராமா, கிருஷ்ணா, கோவிந்தா என்னைக் கொஞ்சம் சீக்கிரம் கூட்டிட்டுப்போங்களேன்' என்று ஓங்கி அழுதார்கள். தண்ணீர்த் தாகம் எடுத்துச் செத்தார்கள்.

யோகீஸ்வரன் மாமாவின் கதை வெறுமனே ஒரு கதையல்ல என்று எனக்குத் தோன்றியது. அந்தக் கதையில் நான் அறிந்திராத இன்னொரு எனது கதை இருந்தது. பாலை மரத்தில் வைத்து ஆணியடிக்கப்பட்ட மூத்தவளும் கொப்பரைக்கு அடியில் சிக்கிக்கொண்ட இளையவளும் சேர்ந்தால் மட்டுமே முழுமையடைகின்ற ஒரு கதை. அதை வெளிப்படுத்துவதற்கு வேண்டியாகத்தான் இருந்தது காக்கசேரி தங்ஙள் என்னுடைய வாழ்க்கைக்குள் நுழைந்தது. ஆனால், எனது கண்கள் கட்டப்பட்டிருந்தன. அதனால் வரிகளுக்கு இடையில் எழுதப்படவற்றை வாசிப்பதற்கு என்னால் முடியாமல் போனது.

நான்கு

வேற்று நாட்டு பிராமணரைத் தோற்கடிப்பதாக இருந்தது, காக்கசேரி பட்டதிரியின் பணி. அதற்கு வேண்டித்தான் அவரைப் பிறக்கவைத்ததும்கூட. அந்தக் காலத்தில் கோழிக்கோடு மானவிக்கிரமன் சக்தன் தம்புரான், வேத உபநிசதங்களின் சாரத்தை மேலும் நுணுக்கமாக வியாக்கியானம் செய்வதற்கு வேண்டி ஆண்டுக்கு ஒருமுறை அறிஞர்களின் மாநாட்டைக் கூட்டினார். வேத சாஸ்திர உபநிசதங்களை நூற்றியெட்டாகப் பிரித்து ஒவ்வொரு பாகத்திற்கும் வெவ்வேறு விவாதம் நடத்தினார்கள். ஒவ்வொன்றிலும் வெல்பவருக்குப் பணமுடிப்பு வழங்கப்பட்டது. மிகவும் வயதுமுதிர்ந்த பண்டிதருக்கானதாக இருந்தது நூற்றி ஒன்பதாவது பணமுடிப்பு. தொடக்கத்தில், மலையாள பிராமணர்கள்தான் பணமுடிப்புகளை வென்றார்கள். ஆனால், விவரம் அறிந்த பிற நாட்டுப் பிராமணர்களும் போட்டிக்கு வந்தார்கள். இறுதியில் ஒரு பணமுடிப்புக்கூட மலையாளிகளுக்குக் கிடைக்காத நிலை ஏற்பட்டது. அது மலையாள பிராமணர்களுக்குப் பெருத்த அவமானமானது. அவர்கள் அறிவும் ஆரோக்கியமும் நிறைந்த பிராமணப் பெண்ணைக் கண்டுபிடித்தார்கள். அவரை பலசாலியும் வேத சாஸ்திர அறிஞருமான பிராமணருக்குத் திருமணம் செய்துவைத்தனர். கருவுற்ற காலம் முழுவதும் மந்திரம் ஜெபித்து மருந்து கொடுத்தனர். பேரறிவான ஒரு

குழந்தை பிறந்தது. மூன்றாம் வயதில் எழுத உட்கார வைத்தனர். ஐந்தாம் வயதில் உபநயனம் நடத்தப்பட்டது. வழக்கமான நடைமுறையில் மூன்று வருடம் கழிந்துதான் ஸமாவர்த்தனம்★. அதுவும் முன்கூட்டியே நிறைவேற்றப்பட்டது. அதனைத் தொடர்ந்து பிரமச்சரிய விரதம் தொடங்கியது. குழந்தைப்பருவம் முடியும் முன்பாகவே வேதப்பொருளைக் கற்றுத்தேர்ந்து எல்லா ஞானமும் பெற்றவராகவும் வாக்குத்திறன் மிக்கவராகவும் ஆனார். தெற்கு வாயில் மாடத்தின் தென்கோடியில் பிரபாகரமீமாம்சைக்கும் வடக்குப்பாகத்தில் பாட்டமீமாம்சைக்கும் வடக்கு வாயில் மாடத்தின் வடக்குக் கோடியில் வியாகரணத்திற்கும் தென்பாகத்தில் வேதாந்தத்திற்கும் வைக்கப்பட்ட விளக்கின் வெளிச்சத்தில் வேத சாஸ்த்திர விவாதங்கள் நடத்தப்பட்டுக்கொண்டிருந்த தளி கோவிலில்† இருந்து பட்டத்தானம் பெறுவதற்காக உள்ளே சென்றார். நூற்று ஒன்பது பரிசுப்பொதிகளையும் தனக்கே சொந்தமாக்கினார். அவ்வாறு மலையாள பிராமணர்களின் மேலாதிக்கத்தைத் திரும்பவும் நிறுவினார்.

ஒரு விவாதத்திலும் தோல்வியடைந்திருக்காத காக்கசேரி பட்டதிரியைக் குறித்து எனக்கு ஆர்வம் உண்டானது. நான் அவரைப்பற்றித்தான் சிந்தித்தேன். காக்கசேரி தங்ஙள் அவரை என்னுடைய மனதிற்குள் கட்டி இறக்கியிருக்கலாம். காரணம், அது காக்கசேரி தங்ஙளுக்கும் எனக்கும் இடையிலுள்ள பலப்பரீட்சைக்கான சந்தர்ப்பமாக இருந்தது. அந்தத் திங்கட்கிழமை காலையில் அடுத்தடுத்த நாட்களுக்கான வழக்குகளை நான் நோட்டிஃபை செய்தேன். அதை டிக்டேட் செய்துவிட்டு நான் ரோஸியிடம் கேட்டேன்:

★ குருவிடம் வேதங்களைக் கற்றுத் தேர்ந்து வேள்விகளின் நிறைவான அறிவுடன் வீடு திரும்புதல்.

† கோழிக்கோட்டில் உள்ள தளி என்ற இடத்தில் 14ஆம் நூற்றாண்டில் கட்டப்பட்ட சிவன் கோவில்.

“ரோஸீ, மிஸ்டர் ஷியாம் கிருஷ்ணன் மகளோட குழந்தை ஆணா பெண்ணா? அவர் பேரக்குழந்தையப் பார்த்துட்டுத் திரும்பி வந்துட்டாரா?”

நான் அப்படி அரட்டையடிக்கும் வழக்கமில்லை. அதனால் ரோஸி உற்சாகமடைந்தார். “மேடம், ஷியாம் சார் இன்னிக்குக் காலையிலதான் வந்துசேருவார்ன்னு கேள்விப்பட்டேன்” என்று தொடங்கி வார்த்தைகளின் அணைக்கட்டைத் திறந்தார். காக்கசேரி கயாலுதீன் தங்ஙளைப் பற்றி ரோஸி வேண்டிய அளவு ஆராய்ச்சி நடத்தியிருந்தார். அவனுடைய மாயாஜாலத்தைக் குறித்தும் ஜின் சேவையைக் குறித்தும் எண்ணிக்கையற்ற அனுபவ சாட்சியங்களை ரோஸி விவரித்தார். அட்வகேட் ஷியாம் கிருஷ்ணனின் ஜூனியர்களிடமிருந்து தொகுக்கப்பட்ட அந்தக் கதைகளில் சில இவையாக இருந்தன:

1. *முதல் நாள் வக்கீல் அலுவலகத்துக்கு வந்தபோது காக்கசேரி தங்ஙளை முன்னால் உட்கார வைத்துக்கொண்டு அட்வகேட் ஷியாம் கிருஷ்ணன் ஃபோனில் நீண்ட நேரம் பேசிக்கொண்டிருந்தார். போரடித்தபோது தங்ஙள் சற்று புருவத்தைச் சுளித்தார். வக்கீல் தெரியாமல் ஃபோனைப் பார்த்தார். காதோடு சேர்த்துப் பிடித்திருந்தது ஃபோனாக இருக்கவில்லை, ஒரு சிறிய நல்லபாம்பு. வக்கீல் நடுங்கிக் கதறிக்கொண்டு ஃபோனை வீசினார். அது மேசைமேல் விழுந்தது. ஜூனியர்கள் எல்லோரும் ஓடிவந்தார்கள். மேசையின்மேல் கிடக்கின்ற உள்ளங்கையளவு நீளமுள்ள நல்லபாம்பை அவர்களும் பார்த்தார்கள். திடீரென அது தன்னுடைய வாயைத் திறக்கிறது. இரண்டாகப் பிரிந்த நாக்கு ரிங்டோன் தாளத்தில் அசைந்தது. தங்ஙள் ஒரு தயக்கமும் இன்றி அதை எடுத்தார். வாயைப் பிடித்து அடைத்தார். தன்னுடைய சட்டைப்பையில் போட்டுக்கொண்டார். அதன்பிறகு*

வக்கீலிடம் சொன்னார்: "பயப்படாதீங்க சார், அவன் இனித் தொந்தரவு செய்யமாட்டான். நாம பேசலாம்." ஷியாம் கிருஷ்ணன் வக்கீல் முற்றாகக் கட்டுண்டுபோனார். அதன்பிறகு, தங்ஙளுடைய சட்டைப்பையைப் பார்த்துக்கொண்டுதான் அவர் பேசினார். சொல்லவேண்டியதெல்லாம் சொல்லி முடித்துவிட்டுப் புறப்படும்போது தங்ஙள் சட்டைப்பையில் இருந்து நல்லபாம்பை எடுத்தார். வாயைப் பிடித்துத் திறந்தார். மேசையின்மீது வைத்தார். ஃபோன் பழைய ஃபோன் ஆனது.

2. அட்வகேட் ஷியாம் கிருஷ்ணனையும் அவரது மனைவியையும் விமானநிலையத்திற்குக் கூட்டிச்சென்றது காக்கசேரி தங்ஙள்தான். மார்த்தாண்டவர்மா பாலத்தைத் தொலைவில் இருந்து பார்த்தபோது வக்கீல் சொன்னார்: "பாலத்துல நெரிசல் இல்லாம இருந்தா அதிர்ஷ்டம்" அப்போது தங்ஙள் கேட்டார்: "பாலமா? எந்தப் பாலம்?" வக்கீலும் அவரது மனைவியும் பார்க்கும்போது பாலம் இல்லை. சாலை காற்றில் முடிவுற்றிருந்தது! அவர்கள் கத்திக்கொண்டு காரில் இருந்து குதிக்கத் தயாரானார்கள்.

3. ஒரு கிராமம் முழுவதும் விரும்பக்கூடியவர் காக்கசேரி கயாலுதீன் தங்ஙள். யாரையும் கூப்பிட்டு உதவுவார். நோய்களையெல்லாம் ஜெபித்துக் குணப்படுத்துவார். ஆர்கிடெக்ட். வெளிநாடுகளில் அவருக்கு புராஜெக்ட்டுகள் உண்டு.

4. பாம்புகள்தான் கயாலுதீன் தங்ஙளுக்கு 'மெயின்'. விமானநிலையத்தில் தங்ஙள் பத்திரிகை படித்துக்கொண்டிருப்பார். பெரிய ஒரு கருநாகம் ஊர்ந்து வந்து அவருடைய கால் வழியாக பத்திரிகைக்கு உள்ளே ஊர்ந்து செல்லும். சுற்றிலும் உட்கார்ந்திருப்பவர்கள் அலறுவார்கள். தங்ஙள்

பத்திரிகையைச் சுருட்டிப் பிடித்துக்கொண்டு நடந்து போவார்.

5. காக்கசேரி தங்ஙளின் குடும்பத்தில் கயாலுதீன் தங்ஙள் தவிர வேறு யாரும் மந்திர தந்திரங்களைச் செய்வதில்லை. கயாலுதீன் தங்ஙளுக்கு மற்றவர்களுடைய மனங்களை வாசிப்பதற்கு நம்பமுடியாத அளவுக்குத் திறமை இருக்கிறது. சென்னையிலும் மும்பையிலும் தில்லியிலும் எல்லாம் படித்திருக்கிறார். ஆறேழு மொழிகளை வெள்ளம்போலப் பேசுவார்.

கேட்டுக் கேட்டுத் தலை கனத்தது. இந்த உலகத்தில் இப்படி ஒரு ஆளா? என்னுடைய அறிவிலோ நம்பிக்கையிலோ இல்லாத ஒருத்தன். என்னுடைய கற்பனையில் இல்லாத வாழ்க்கை. ஆனால், அதற்காக என்ன? நீதி நீதிதான். உத்தரவு உத்தரவுதான். நான் நாட்காட்டியைப் பார்த்தேன். வியாழக்கிழமை சுதந்திர தினமாக இருந்தது. அதனால், வெள்ளிக்கிழமைக்கே மறுபடியும் காக்கசேரியின் வழக்கை விசாரணைப் பட்டியலில் சேர்த்தேன். தயாராகத்தான் போனேன். இந்தமுறை ரோல் கால் அழைத்தபோதே ஓரப்பார்வையால் பார்த்து வைத்தேன். கருநீல நிறமுள்ள நேரு கோட்டு, மணிக்கட்டுவரை ஸ்லீவ் மடக்கி வைத்து இன்செர்ட் செய்த நீலச் சட்டை, ஃபார்மல் பேண்ட். நண்பகலுக்குப் பிந்தைய முதல் வழக்கு. உணவு உண்டுவிட்டு நான் 1.55-க்கு நாற்காலிக்கு வந்தேன். அட்வகேட் ஷியாம் கிருஷ்ணனின் ஜூனியர்கள் அங்குமிங்கும் ஓடுவதையும் சீனியரைத் தேடுவதையும் பார்க்காததுபோல் நடித்தேன். ஃபோட்டோஃபினிஷில் அட்வகேட் ஷியாம் கிருஷ்ணன் தொப்பையைக் குலுக்கிக்கொண்டு மூச்சிரைக்க ஓடிவந்தார். அவருக்குப் பின்னாலேயே நம்முடைய வசீகரன் வாதியும் வந்தான். வாதி என்னை வணங்கினான். நான் கண்டுகொள்ளவில்லை. கண்ணைப்

பார்க்கவேண்டுமல்லவா, அந்த ஆள் குழிதோண்டி யாரோ ஒருவரை என்னுடைய மனதில் கட்டி இறக்குவதற்கு?

எதிர்த்தரப்பு வக்கீலாக இருப்பவன் என்னுடைய ஜூனியராகப் படித்த கிருஷ்ணகுமார். அவன் முன்கூட்டியே தயாராக நின்றுகொண்டிருந்தான். அட்வகேட் ஷியாம் கிருஷ்ணன் கவுனெல்லாம் மாட்டிக்கொண்டு தயாரானார்.

"மிஸ்டர் கௌன்ஸில், மகளுக்குப் பிரசவம் ஆயிருச்சில்லையா?"

நான் அவரிடம் கேட்டேன்.

"ஆமாம். ஆண் குழந்தை."

"ஒரே மகள்தானா?"

"ஆமாம்."

"அடுத்த பிரசவத்துக்காவது மிஸ்டர் கௌன்ஸில் மகளை ஊருக்குக் கூட்டிட்டு வாங்க. ஜட்ஜ்க்கு செய்வினை செஞ்சு எதிர்க்கட்சிக்காரங்களுக்கும் வக்கீலுங்களுக்கும் சிரமத்தக் கொடுக்காதீங்க."

நான் மென்மையாக உபதேசம் செய்தேன். அவருடைய முகம் நிறம் மங்கியது. அந்தச்சமயத்தில், "வாட் எபௌட் சீஃப்*" என்று நான் கேட்டேன். "அஃபிடவிட் கொடுத்திருக்கறேன்" என்று அட்வகேட் ஷியாம் கிருஷ்ணன் தெரிவித்தார். ஆனால், தங்கச்சட்டகமிட்ட கண்ணாடிக்குள் முதல் நம்பிக்கை மாய்ந்துபோயிருந்தது. அப்படியானால், "சீஃப் தொடங்குங்க" என்று நான் உத்தரவிட்டேன். வக்கீல், வாதியிடம் கூண்டில் ஏறி நிற்கவும் சத்திய வாசகம் சொல்லவும் அறிவுறுத்தினார். அப்போதும் நான் வாதியை முழுமையாகப் புறக்கணித்தேன்.

★ ஒரு வழக்குரைஞர் தமது சட்ட வாதத்தை நிரூபிப்பதற்காக, அவரது சொந்தச் சாட்சியிடம் முதலாவதாகக் கேள்விகளைக் கேட்கும் நீதிமன்றச் செயல்முறை.

அட்வகேட் ஷியாம் கிருஷ்ணன் ‘சீஃப்’ தொடங்கினார். ‘சத்திய வாக்குமூலம் கொடுத்தது நீங்கள்தானா’, ‘சொல்வதெல்லாம் உண்மைதானா’, ‘இதில் இருக்கும் கையொப்பம் உங்களுடையதுதானா’ என்றெல்லாம் கேட்டார். நீதிபதியைப் பார்த்து வணங்கிக்கொண்டு பதில் சொல்வதற்கு அறிவுறுத்தினார். இருந்தாலும் நான் பார்க்கவில்லை. வாதியின் பக்கம் கூடுதலாகக் கேட்பதற்கு இல்லாததால் நான் “குறுக்கு விசாரணை” என்று உத்தரவிட்டேன். அட்வகேட் கிருஷ்ணகுமார் எழுந்து வந்தான். கேள்விகளைத் தொடங்கினான். காக்கசேரி கயாலுதீன் தங்ஙள் பதிலளித்தான். நான் மனதை ஒருநிலைப்படுத்திக் கேட்டுக்கொண்டிருந்தேன்.

“உங்களுடைய மூதாதையின் பெயர் என்ன?”

“முஹம்மது அஸ்கரி அல் ஹஸன் தங்ஙள்.”

“அவரை நீங்கள் பார்த்திருக்கிறீர்களா?”

“இல்லை.”

அவனுடைய குரலில் பயமின்மை நிறைந்திருந்தது. நேர்மையும்.

“அவரைப் பார்த்திருக்கக்கூடிய யாரையாவது நீங்கள் பார்க்கவோ பேசவோ செய்திருக்கிறீர்களா?”

“இல்லை.”

“ஓஹோ, அதாவது, உங்களுக்கு முஹம்மது அஸ்கரி அல் ஹஸனைப் பற்றித் சரியான அறிவோ நினைவோ இல்லை.”

“அதாவது, சார், எங்களுடைய குடும்ப வரலாறு பொது ஆண்டுக்குப் பிந்தைய ஏழாம் நூற்றாண்டில் தொடங்குகிறது. எட்டாம் நூற்றாண்டில் அரேபியாவில் இருந்து வந்த கப்பலில்.”

அப்போது நான் குறுக்கிட்டேன். வாதியைப் பார்க்கவில்லை. அதற்குப் பதிலாக எதிர்த்தரப்பு வக்கீலிடம் கேட்டேன்:

"இதென்ன கேரள வரலாறு பற்றிய வாய்மொழித் தேர்வா?"*(PhD Viva)*

அட்வகேட் கிருஷ்ணகுமார் கலகலவெனச் சிரித்தான். வாதியிடம், "இங்கே கேட்கிற கேள்விக்கு மட்டும் பதில் சொன்னால் போதும்" என்று ஆணையிட்டான்.

"இல்லை" - சற்றுத் தணிந்த குரலில் வாதி சொன்னான்.

"அப்படியானால் நீங்கள் இருப்பதாகச் சொல்லும் கபர் உங்களுடைய மூதாதையருடையது என்பதற்கு ஆதாரம் இல்லை என்று ஒப்புக்கொள்கிறீர்கள்."

"அதாவது, ஆயிரத்து முன்னூறு ஆண்டுகளுக்கு முன்பு எங்களுடைய..."

"ப்ளீஸ். கேள்விக்குப் பதில் போதும்!"

"ஒப்புக்கொள்கிறேன்."

"நீங்கள் அங்கே இருப்பதாகக் குற்றம் சாட்டுகின்ற கபர் இருக்கும் நிலம் உங்களுடைய தந்தை நாஸருதீன் தங்ஙள் உங்களுடைய சகோதரர்கள் ஸலாஹுதீன் தங்ஙளுக்கும் ஃபஸலுதீன் தங்ஙளுக்கும் நிஸாருதீன் தங்ஙளுக்கும் எழுதிக்கொடுத்ததை அறிவீர்களா?"

"அறிவேன். ஆனால், அதற்கு அடுத்த சர்வே நம்பரில்."

"சர்வே நம்பரைக் கேட்கவில்லை. கேட்கும்போது சொன்னால் போதும். இது தொடர்பான ஆதாரங்கள் இங்கே சமர்ப்பிக்கப்பட்டுள்ளன. நாஸருதீன் தங்ஙள் எழுதிக்கொடுத்த இரண்டு ஏக்கர் பதினைந்து சென்ட் சொத்தில் எழுபத்தைந்து சென்ட்டை ஸலாஹுதீன் தங்ஙளும் எழுபத்தைந்து சென்ட்டை ஃபஸலுதீன் தங்ஙளும் மீதி அறுபத்தைந்து

சென்ட்டை நிஸாருதீன் தங்ஙளும் எழுதி வாங்கி அவரவருடைய பெயரில் சேர்த்து வரிசெலுத்திய ரசீதும் சொத்துரிமைச் சான்றிதழும் பட்டா சான்றிதழும் இந்த ஆதாரங்களில் இருக்கின்றன. இவர்கள் இந்த இடத்தை ஒரு சேரிடபிள் டிரஸ்டிற்குக் கொடுத்திருக்கிறார்கள். சாதிமதபேதமில்லாமல் திருமணங்களும் பொதுக்கூட்டங்களும் நடத்துவதற்கு மேற்சொல்லப்பட்ட பஞ்சாயத்தில் நல்ல அரங்குகள் இல்லாததனால் இந்த இடத்தில் நவீன வசதிகளோடு ஒரு ஆடிட்டோரியம் கட்டுவதற்கான பிளானையும் எஸ்டிமேட்டையும் அவர்கள் தயார் செய்துள்ளார்கள். இந்தக்கட்டடத்தில், இதை எதிர்ப்பதன் மூலம் நீங்கள் பொதுமக்கள் விருப்பதிற்குப் பங்கம் உண்டாக்குகிறீர்கள் அல்லவா? இனி வரலாற்று முக்கியத்துவம் வாய்ந்த ஒன்று கபர் என்று வாதிட்டாலும்கூட, அப்படி ஒன்று இருக்கிறது என்று நிரூபிப்பதற்கு உங்களுடைய கையில் ஆதாரமில்லை, இருக்கா?"

"ஆதாரம்னு கேட்டா..."

"இருக்கா இல்லையா?"

"காகித ஆதாரம் இல்லை."

"ஓலைச்சுவடி ஆதாரம்?"

"இல்லை. ஆனால், ஆதாரம் இல்லாததனால் கபர் இல்லையென்று ஆகிவிடாது."

"கேள்விக்குப் பதில் சொன்னால் போதும், புரிஞ்சுதா. கபர் இருக்கிறதென்றால் கிப்லா★ எந்தப்பக்கம்?

"அது அளந்து பார்த்தாத்தான் தெரியும்."

"மொத்தத்தில் அங்கே கபர் இருக்கிறதா என்று உங்களுக்கு உறுதிப்பாடில்லை. இருக்கிறதென்றால் அது எப்படிப்பட்ட கபர் என்றும் தெரியாது."

★ முஸ்லீம்கள் மெக்காவில் உள்ள காஃபாவை நோக்கித் தொழும் திசை.

"இல்லை."

"தட்ஸ் ஆல் யுவர் ஆனர்."

அட்வகேட் கிருஷ்ணகுமார் வணங்கி நகர்ந்தான். நான் அட்வகேட் ஷியாம் கிருஷ்ணனைப் பார்த்தேன். அவர் தங்கக் கண்ணாடியைச் சரிசெய்துகொண்டு முன்னால் வந்தார்.

"இந்த இடத்தில் ஒரு ஆடிட்டோரியம் கட்டுவதில் உங்களுக்கு என்ன பிரச்சினை?"

"சேரமான் பெருமாளோடு சேர்ந்து மெக்காவுக்குச் சென்று இஸ்லாம் மதத்தை ஏற்றுக்கொண்டு திரும்பி வந்த ஹஸன் கோயாவின் கபர்தான் இது. அவர் உறங்கும் மண் எனக்குப் புனிதமானது. ஆடிட்டோரியம் கட்டுவதில் எனக்குப் பிரச்சினை இல்லை. ஆனால், அந்த கபர் இருக்கின்ற இடம் பாதுகாக்கப்படவேண்டும். இப்போதைய பிளான்படி ஆடிட்டோரியத்திற்கு வெளியே கட்டப்போகும் ஐந்து கழிவறைகள் வரப்போவது கபருக்கு மேலதான்."

'கேட்டீர்களா' என்ற பாவத்தில் அட்வகேட் ஷியாம் கிருஷ்ணன் என்னைப் பார்த்தார். அப்போதும் நான் தங்ஙளைப் பார்க்கவில்லை. ஆனால், அட்வகேட் ஷியாம் கிருஷ்ணனைக் கடுமையாகப் பார்த்தேன்.

"மிஸ்டர் கௌன்ஸில், நீங்கள் எதற்காக இப்படிச் சுற்றி வளைத்து மூக்கைத் தொடுவதற்குத் தலையைச் சுற்றுகிறீர்கள்? திஸ் கோர்ட் ஹேஸ் சர்ட்டன் கொஸ்டின்ஸ். வாதி குற்றம் சுமத்துகின்ற நூற்றாண்டுகளின் வரலாறு அந்த மண்ணிலோ அந்தப் பகுதியிலோ இருக்கிறது என்று நிரூபிக்கின்ற ஆதாரங்கள் உண்டா? ஒரு வரலாற்றுப் புத்தகத்திலாவது இது தொடர்பான குறிப்புகள் உண்டா?"

நீதிமன்ற அறையில் அமைதி நிறைந்தது. தங்ஙளின் குரல் கேட்கவில்லை.

“ஆதாரம் இருக்கிறதென்றால் நாம் இந்த வாதத்தைத் தொடரலாம். இல்லையென்றால் இதோடு முடித்துக்கொள்ளலாம். கேரள வரலாற்றையும் கொள்ளுத்தாத்தாவின் கண்கட்டுவித்தைக் கதைகளையும் சொல்லிக்கொண்டிருப்பதற்கான இடமல்ல, நீதிமன்றம்.”

பிறகு நான் கிருஷ்ணகுமாருக்கு நேராகத் திரும்பினேன்.

“எதிர்த்தரப்புக்கு மறு குறுக்கு விசாரணை இருக்கா?”

“இல்லை. யுவர் ஆனர். நாங்கள் எல்லா ஆதாரங்களையும் சமர்ப்பித்திருக்கிறோம்.”

“உங்களிடத்தில் ஏதாவது சாட்சியம் இருக்கிறதா?”

“இல்லை. டாக்குமெண்ட்ஸ் மட்டும்தான் இருக்கின்றன.”

நான் அட்வகேட் கிருஷ்ணகுமாருக்கு நேராகத் திரும்பினேன்.

“ஸோ தி எவிடென்ஸ் ஈஸ் குளோஸ்டு.”

இரண்டு வக்கீல்களும் சம்மதித்தனர்.

“அப்படியானால் அடுத்த தேதி - அதாவது, ஆகஸ்ட் பத்தொன்பதன்று வாதம்.”

நான் உத்தரவிட்டேன். தாள்களை எடுத்துத் தள்ளி வைத்தேன். சற்றுப் பெருமூச்சு விட்டேன். பிறகு மிக மெதுவாக சாட்சிக் கூண்டைப் பார்த்தேன். “காக்கசேரி கயாலுதீன் தங்ஙள், இனி உங்களுடைய கையில் என்ன மந்திரவாதம் இருக்கிறது? என்ன கண்கட்டுவித்தையை வைத்திருக்கிறீர்கள்? அவன் மானசீகமாகத் தகர்ந்திருந்தான். அதை அவனுடைய முகத்திலிருந்து வாசிக்க முடிந்தது. அவன் என்னைச் சங்கடத்தோடு பார்த்தான். நான் அந்தப் பார்வையை வெறுப்புடன் எதிர்கொண்டேன். அப்போது

அவனுடைய முகத்தில் கோபம் மினுங்கியது. உதடுகளில் அவமதிப்பு நிறைந்த சிரிப்பு மலர்ந்தது. எனக்கு அதில் புதுமை ஒன்றும் தோன்றவில்லை. எத்தனை தடவை அந்தப் பார்வையையும் சிரிப்பையும் பார்த்தும் பார்க்காததுபோல் பாசாங்கு செய்தேன் இவ்வளவு நேரமும். அவன் எனது கண்ணையே உற்றுப் பார்த்துக்கொண்டுதான் வணங்கவும் கூண்டிலிருந்து இறங்கவும் செய்தான். அவன் பின்நோக்கி நடந்து வாயிலில் நின்று மீண்டும் வணங்கிவிட்டு வெளியே போனான். அவ்வளவு நேரமும் அவனுடய கண்ணிலிருந்து நான் கண்ணெடுக்கவில்லை.

தொடர்ந்து அடுத்த வழக்கைக் கூப்பிட்டேன். அது ஒரு மேல் முறையீடாக இருந்தது. வாதம் தொடங்கியது. திடீரென்று மேசையின்மீது ஏதோ ஒன்று அசைந்தது. ஒரு சிறிய நாக பாம்பு! அது என்னுடைய நுனி மூக்கில் படமெடுத்தது. நான் சற்று அலறினேன். குதித்தெழுந்தேன். நீதிமன்றத்தில் இருந்தவர்களெல்லாம் எழுந்தனர். என்ன நேர்ந்தது என்பதுபோல அவர்கள் எல்லோரும் வியப்போடு பார்த்தனர். ஒரு நிமிடம் தான் தேவைப்பட்டது. நான் சுயநினைவுக்கு வந்தேன். நான் மறுபடியும் வணங்கிக்கொண்டு உட்கார்ந்தேன். மூச்சைப் பிடித்துக்கொண்டு, வாதம் தொடரட்டும் என்று சொன்னேன். பாம்பு என்னுடைய மேசையின்மேல் இருந்தது. அது என்னைப் பார்த்துப் படம் விரித்து ஆடியது. இப்போது கொத்திவிடும் என்று பயமுறுத்தியது. நான் பார்த்ததாகக் காட்டிக்கொள்ளவில்லை. நாற்காலியில் சாய்ந்து உட்கார்ந்து வாதங்களைக் கவனிப்பதற்கு முயற்சித்தேன். நெஞ்சு துடித்துக்கொண்டிருந்தது. அவ்வப்போது கடைக்கண்ணால் பார்த்தேன். அப்போதுதான் என்னுடைய பேனாவைக் காணவில்லை என்பது தெரிந்தது. அதனால் நான் பயந்து வியர்த்து நனைந்த விரல்களால் பாம்பை எடுத்தேன். நடுக்கத்தோடு

தாளில் வாதி அப்போது சொன்னதை எழுதினேன். பேனாவைவிட நன்றாக எழுதியது, பாம்பு. மெதுவாக நான் மூச்சை இழுத்து விட்டேன். அதை என்னுடைய விரல்களுக்கிடையில் பிடித்துத் தாடையில் தட்டிக்கொண்டு வாயிலை எட்டிப் பார்த்தேன். அங்கே காக்கசேரி கயாலுதீன் தங்ஙள் நிற்பதை நான் பார்த்தேன். அவன் திகைத்துப்போய் நின்றுகொண்டிருந்தான். அதை அவனுடைய முகத்திலிருந்து வாசிக்க முடிந்தது. எங்களுடைய கண்கள் மறுபடியும் சந்தித்துக்கொண்டன. நான் பாம்பைப் பிடித்து மேலும் ஒரு பாயின்ட்டையும் எழுதினேன். அது மீண்டும் பேனாவானது.

வாதம் தொடர்ந்தது. நான் அதில் லயித்தேன். கிட்டத்தட்ட முடியப்போகும் சமயத்தில்தான் சாட்சிக்கூண்டிற்குப் பின்னால் இருக்கும் அடைக்கப்பட்ட ஜன்னல் மெதுவாகத் திறந்தது. திறந்த ஜன்னலுக்கு அந்தப்பக்கம் தங்ஙளின் சட்டையின் நீல நிறம் தெரிந்தது. அவன் ஒரு காகிதத்தை எடுத்து என்னைப் பார்த்து இரண்டாகக் கிழித்தான். பின்னர் உதட்டால் ப்ர்ர்ர்ர் என்று செய்துகாட்டினான். சப்தத்தை நான் கேட்கவில்லை. ஆனால் அதுதான் சப்தமென்று புரிந்தது. கண்ணிமைக்கும் நேரத்துக்குள் ஜன்னல் அடைக்கப்பட்டிருந்தது. ஒரு நிமிடம் தான் தேவைப்பட்டது. அந்த ப்ர்ர்ர் சப்தத்தை நான் திரும்பவும் கேட்டேன். என்னுடைய, என்னுடைய உடலில் இருந்து! கடவுளே! என்ன நடக்குது! நான் துள்ளியெழுந்தேன். சேம்பருக்கு ஓடினேன். கழிவறைக்குச் சென்று கதவடைத்தேன். நான் மிரண்டுபோனேன். வெட்கப்பட்டேன். அவமானத்தால் தற்கொலை செய்துகொள்ளத் தோன்றியது. சிலநிமிடங்கள் நான் வியர்த்தொழுகி நின்றேன். அவனுடைய அந்த முகத்தை என்முன்னால் கண்டேன். திடீரென்று எனக்கு நினைவு தப்பியது. அந்தச் சப்தம் எனக்கு மட்டுமான உணர்வென்றும் வேறு யாரும் கேட்கவில்லை என்றும் எனக்கு நினைவு வந்தது. எனது கோபம்

கரைந்தது. எல்லாக் கட்டுப்பாடுகளையும் உதறினேன். சேம்பரில் இருந்து வெளி வராண்டாவிற்குச் சென்றேன். சுற்றிலும் நோட்டம் விட்டேன். அவன் அங்கே நின்றுகொண்டிருந்தான். நான் அவனுடைய கண்களை உற்றுப் பார்த்தேன். பின்னர் தரையில் கிடந்த ஒரு துண்டுக் காகிதத்தை எடுத்து இரண்டாகக் கிழித்தேன். பர்ர்ர் என்ற சப்தத்தை நானும் உதடுகளைக் கொண்டு உண்டாக்கினேன். அவன் மயிர்க்கூச்செரிய நின்றான். பல்லை நெறித்துக்கொண்டு நான் திரும்பச் சென்று அமர்ந்தேன். ரோஸியிடம் ஒரு தேனீர் கொண்டுவரச் சொன்னேன். தேனீர் குடித்துவிட்டு நான் மீண்டும் நாற்காலிக்கு வந்தேன். எப்படியோ வழக்குகளைத் தீர்த்தேன்.

மொத்தமும் தளர்ந்திருந்தேன். குடியிருப்புக்குப் போகும்போது வண்டி பலமுறை சறுக்கியது. ஸ்டியரிங்கிற்குப் பதிலாக வளைந்து சுற்றிய பாம்பு இருப்பதாகத்தான் தோன்றியது. எனக்கு அழுகை வந்தது. மொத்த உலகத்தையும் வெறுத்தேன். குடியிருப்புக்குப் போகின்ற பாதையில் இறங்கும்போது பிரேக்கிற்குப் பதிலாக ஆக்ஸிலரேட்டரை அழுத்தி மிதித்து வண்டி வலதுபக்க மதிலில் இடிக்கப்போகவும் திருப்பியபோது இடது சக்கரத்துக்கு மேலே கீறல் விழவும் செய்தது. வீட்டை அடைந்தபோதுதான் சமாதானமானேன். அத்வைத்திற்கு மஞ்சு சோறு ஊட்டிவிட்டுக்கொண்டிருந்தார். நான் அத்வைத்தை பேருக்காகக் கொஞ்சம் கொஞ்சிவிட்டுப் படுக்கை அறைக்குப் போனேன். குளித்துவிட்டுக் கட்டிலில் விழுந்தேன். தலை வெடித்துப் பிளக்கின்ற வலி உண்டானது. மனதில் அவமானத்தின் கசப்பு நுரைத்தது. காக்கசேரி கயாலுதீன் தங்ஙளிடம் எனக்கு அதிகடினமான வெறுப்பு உண்டானது. அசிங்கமானவன், பண்பாடற்றவன், முரடன் என்று நான் திட்டினேன். அந்தச் சமயத்தில் யாரோ பெல்

அடித்தார்கள். சிறிது நேரம் கழித்து மஞ்சு உள்ளே வந்தார்.

"மேடம், ஒரு கடிதம் வந்திருக்குது."

"இந்த நேரத்துல கடிதமா" என்று கேட்டுக்கொண்டு நான் கவரைத் திறந்தேன். அதற்குள் இரண்டாகக் கிழிக்கப்பட்ட திருமண அழைப்பிதழ் இருந்தது. அது என்னுடைய கையில் நடுங்கியது. இருபது வயது முதல் இதயத்தை உருக்கிக் காதலித்தவனின் திருமண அழைப்பிதழ். காதலின், அர்ப்பணிப்பின், இழந்துவிட்ட நன்மைகளின், இல்லாமல் ஆகிப்போன எதிர்பார்ப்புகளினுடைய என்று எல்லாவற்றினுடைய கபராக இருந்தது அது. என் இதயம் கரைந்தது. ஆனால், என்னை அழவைத்தது அந்த அழைப்பிதழ் அல்ல. வித் காம்ப்ளிமென்ட்ஸ் என்றதற்குக் கீழே பார்த்த கையெழுத்துத்தான் ப்ர்ர்ர்ர்ர்ர்ர்...!

அத்வைத் சைக்கிள் ஓட்டிவிட்டு வந்தும்கூட நான் அழுது முடிக்கவில்லை. கண்ணீரை மறைப்பதற்கு நான் பெரும்பாடுபட்டேன். இல்லை, அழுதது காதலுக்காக அல்ல. காதலால் அவ்வளவொன்றும் அழவைத்திட முடியாது. ஆனால், அவமானத்திற்கு முடியும். நான் ஆத்திரமுற்றேன். பல்லை நெறித்துக்கொண்டு நான் மனதில் காக்கசேரி தங்ஙளுடைய வழக்கின் தீர்ப்பை எழுதினேன். அன்றிரவு, ஆழ்ந்து உறங்குகின்ற அத்வைத்துக்கு அருகில் திரும்பியும் புரண்டும் கவிழ்ந்தும் மல்லாந்தும் படுத்திருக்க, யட்சிப்பாலை மரத்தில் ஆணியடிக்கப்பட்டவளும் செம்புக் கொப்பரையால் மூடிவைக்கபட்டவளுமான இரண்டு பெண் பிள்ளைகள் எனக்குள்ளே நொந்து நெளிந்தனர். அவர்கள் ஒருவரையொருவர் கொன்று தின்றுவிடுவார்கள் என்று நான் பயந்தேன். எனக்கு என்னிடம் வைராக்கியம் தோன்றியது. எனக்கு என்னையே கொன்று தின்னத் தோன்றியது.

ஐந்து

ஆகஸ்ட் பத்தொன்பதாம் தேதியும் அப்படித்தான் ஆனது. காக்கசேரி கயாலுதீன் தங்ஙளுடைய வழக்கு விசாரிக்கப்படும் நாள். அதற்கு முன்பு ஒரு ஆர்வத்திற்காக நான் காக்கசேரி பட்டதிரியைப்பற்றிக் கூடுதலாக வாசித்தேன். அந்நிய நாட்டவர்களை வெற்றிகொள்வதற்கு வேண்டித்தான் காக்கசேரி பட்டதிரியை சுதேசிகளான பிராமணர்கள் வார்த்தெடுத்தனர். வெற்றிபெறுவதே அவரது பணியாக இருந்தது. ஞானத்தின், அறிவின் உருவாக்கமாக இருக்கவில்லை. எதிராளியை வாயடைத்துப்போகச் செய்யவேண்டும். அவ்வளவுதான் வேண்டியது. தர்க்கிப்பதற்காக மட்டும் புரோக்ராம் செய்யப்பட்ட காக்கசேரி, எந்தப் பண்டிதன் என்ன சொன்னாலும் 'இல்லை இல்லை' என்று பதில் சொல்லத் தொடங்கப் பழகினார். 'இல்லை இல்லை'யைத் திரும்பத் திரும்பச் சொல்வதைக் கேட்டுத் தலைமைப் பண்டிதரான உத்தண்டசாஸ்திரிகள் கோபமுற்றார்: 'தவ மாதா பதிவிரதை' என்று சொன்னார். காக்கசேரி 'இல்லை இல்லை' என்றுதான் தொடங்கினார். உத்தண்டசாஸ்திரிகள் சிரித்தார். பொறிவைக்கப்பட்டதைப் புரிந்துகொண்ட காக்கசேரி சற்றுத் தடுமாறினார். பின்னர்,

"ஸோமஃ ப்ரதமோ விவிதே கந்தர்வோ விவித உத்தர:
த்ருதீயோ அக்னிஷ்டே பதி: துரீயஸ்தே மனுஷ்யஜா:"

என்ற சுலோகத்தைச் சொல்லி மரத்தைச் சாய்த்தார். ஏறக்குறைய அதனுடைய பொருள், ஒரு மானிடப்பெண் பிறந்தால் முதலில் சந்திரனுக்குக் கொடுக்கப்படுகிறாள், பின்னர் கந்தர்வனுக்கு, அதற்குப் பிறகு அக்னிக்குக் கொடுக்கப்படுகிறாள். அதற்குப் பிறகே அக்னியைச் சாட்சியாக வைத்து அவளைத் திருமணம் செய்கின்ற ஆணுக்குக் கொடுக்கப்படுகிறாள் என்பதாக இருந்தது. ரிக் வேதத்தில் இருக்கும் எட்டாம் அஷ்டகம். மூன்றாம் அத்தியாயம். இருபத்தேழாம் வர்க்கம். ஐந்தாம் ரிக்.

காக்கசேரி பட்டதிரி சிறு வயதிலேயே பண்டிதராக இருந்தாரல்லவா. ஒவ்வொரு வருடமும் அவர் மேலும் மேலும் பாண்டித்தியம் பெற்றார். உபநிஷத்துகளுக்குக் கூடுதல் விளக்கங்களைக் கண்டுபிடித்தார். அதற்காக? பாண்டித்தியத்துக்கும் ஒரு வரம்பு உண்டு. அது சமூகத்தின் பெரும்பான்மையினரின் அறிவின் சராசரியாகும். சராசரியைவிட அதிகமான அறிவும் பாண்டித்தியமும் சமூகத்திற்கு என்றும் தலைவலிதான். பட்டதிரியோ மேற்கொண்டு படித்தபோது அந்நிய நாட்டவர் என்று யாரும் இல்லையென்பதைக் கண்டடைந்தார். அதற்கப்புறமும் படித்தபோது சுதேசி என்று யாரும் இல்லையென்பதைக் கண்டடைந்தார். அதற்கப்புறமும் படித்தபோது அந்நியன் இல்லையென்பதைக் கண்டடைந்தார். அதையும் கடந்தபோது அவனவன் இல்லையென்பதைக் கண்டடைந்தார்.

அவ்வளவும் நடந்தபோது அங்கிருந்த சில பிராமணருடைய பொறுமை அழிந்தது. தூய்மையும் தீட்டும் ஆச்சாரமும் இல்லாவிட்டால் பிறகு என்ன சமூகம்? பிறகு என்ன பட்டத்தானம்? பிறகு என்ன பணமுடிப்பு? அவரை எப்படி அழிக்கலாம் என்று அவரிடமே அவர்கள் கேட்டுத் தெரிந்துகொண்டனர்.

அதனைத் தொடர்ந்து பத்மம்* இட்டு அமர்ந்து விளக்கு வைத்து அவர்கள் பகவதி வழிபாடு நடத்தினர். நாற்பது நாட்கள் மந்திரம் ஜெபித்தனர். நாற்பத்தொன்றாம் நாள் பட்டதிரி யாகம் நடக்குமிடத்துக்கு வந்தார். அவர்கள் அவருக்குக் குடிப்பதற்குத் தண்ணீர் கொடுத்தனர். தண்ணீரைக் குடித்துவிட்டுப் பாத்திரத்தைக் கவிழ்த்து வைத்துவிட்டு, "நான் சாதி விலக்கம் செய்யப்பட்டவன், அங்கே வரமாட்டேன், உங்களைத் தொடமாட்டேன்" என்று சொல்லிவிட்டுப் புறப்பட்டார். அதற்குப் பிறகு அவரை யாரும் பார்க்கவில்லை. எங்கே போனார் என்று தெரியவில்லை. எப்படிச் செத்தார் என்றோ எப்போது செத்தார் என்றோ கண்டுபிடிக்கமுடியவில்லை.

காக்கசேரியின் புறப்பாடு எங்கே போவதாக இருந்தது? காக்கசேரிக்குச் சாதி விலக்கம் நடந்தது எப்படி? காக்கசேரி நடந்துபோன வழிதான் என்னை அலைக்கழித்தது. புலமையின் சிகரத்தில் ஏறிய ஒருவர், அறிவு என்ற ஒன்று இல்லையென்ற அறிவுதான் அறிவு என்று அறிந்த ஒருவர், அறிந்த அறிவின் பாத்திரத்தைக் கவிழ்த்து வைத்துவிட்டுப் பயணம் புறப்பட்டது, அறியாத அறிவின் தெளிந்த நீரைத் தேடியல்லாமல் இருக்குமா? நான் குழப்பமடைந்தேன்.

என்னவானாலும் காக்கசேரி கயாலுதீன் தங்ஙளின் வழக்கின் விசாரணை அழகாக நடந்தது. இரண்டாம் தேதி தீர்ப்புச் சொல்வதாக முடிவுசெய்தேன். இரண்டாம் தேதி காலையில்கூட நான் உற்சாகமாகவே இருந்தேன். அன்றுதானே பிரமோத்தின் கல்யாணம் நடக்கவிருந்தது. அந்தக் கல்யாணத்தில் கலந்துகொள்வதா வேண்டாமா என்று எனக்கு நானே விசாரணை நடத்தினேன். வாதங்களும் எதிர்வாதங்களும் நடந்தன. ஒரு பக்கத்து

* மாந்திரீக தாந்திரீக பூசைகளுக்கு வரையப்படும் உருவங்களை மொத்தமாக பத்மம் என்று சொல்வார்கள். ஒவ்வொரு நோக்கத்திற்கான பூஜைக்கும் ஒவ்வொரு விதமான பத்மத்தை வரைவார்கள்.

நியாயம். மறுபக்கத்து நீதி. சில வழக்குகளில் வாதி வெற்றிபெறுவது ஒருதலைப்பட்சமாகக் குற்றவாளியை வெல்வதற்கு அனுமதிப்பதால்தான். வேறு சில வழக்குகளில் குற்றவாளிக்குச் சாதகமான தீர்ப்புக்கு எதிராக மேல்முறையீடு செய்ய அனுமதிக்காமலும். காதலின் கண்களில் மண்ணைத் தூவி, ஆத்மாவைக் குருடாக்கி, சமூகத்தின் யட்சிப்பாலை மரத்தில் ஆணியடித்த நிகழ்வாக இருந்தது என்னுடைய திருமணம். மரம் இற்றுப்போனபோது ஆணிகள் ஒவ்வொன்றாகக் கழன்று விழுந்தன. கடைசியாக இருந்த ஒன்றையும் அத்வைத் உருவித்தந்தான். மந்திரக்களத்தில் நடக்கும் ஆட்டத்துக்கும் பிரம்படிகளுக்கும் ஆணித் துளைகளுக்கும் மந்திரவாதிக்கு நன்றி சொல்லவேண்டி இருந்தது. இல்லாவிட்டால், ஆத்மாவின் விதி எப்படி நடைமுறைப்படும்? மந்திரவாதியும் உண்மையில் இன்னொரு ஆத்மாதான். அதைப் புரிந்துகொள்ளாமல் லேக் ஆஃப் எம்பதிக்குத் தீர்வுகாணமுடியாது. நான் கல்யாணத்தில் கலந்துகொள்ள முடிவு செய்தேன்.

சனிக்கிழமை நானும் அத்வைத்தும் நகரத்திற்குச் சென்றோம். புதுத்துணிகள் வாங்கினோம். எவ்வளவோ காலம் மூச்சுக்காற்றைப் போல நேசித்த ஒருத்தனுடைய கல்யாணமல்லவா? ஆடை நன்றாக இல்லாவிட்டால் மற்றவர்கள் நம்முடைய மனதை வாசித்துவிடுவார்கள். கல்யாணம் முடிந்து நீதிமன்றத்திற்குச் சென்று உட்காரவேண்டி இருந்தது. அதனால் இரண்டு இடங்களுக்கும் பொருந்தக்கூடியதும் கருப்பு ஹை நெக் பிளவுசுக்குச் சேரக்கூடியதுமான ஒன்றை வாங்கினேன். முகூர்த்தம் காலை ஒன்பதுக்கும் ஒன்பதரைக்கும் இடையிலாக இருந்தது. மணமகளின் வீடு என்னுடைய சட்ட ஆட்சி எல்லைக்குள் இருந்தது. முகூர்த்தத்தில் கலந்துகொண்டு சரியான நேரத்தில் நீதிமன்றத்தில் ஆஜராவதற்கு இரண்டும் உதவிகரமாக இருந்தன. பன்னிரண்டுக்கும் இரண்டுக்கும்

இடையிலோ வேறு சமயத்திலோ முகூர்த்தம் என்றால் சிக்கிக்கொண்டிருப்பேன். விடுப்பு எடுக்கவேண்டி வந்திருக்கும். முன்னாள் கணவனின் திருமணத்தின் காரணமாக யாரையும் எதிர்கொள்ள முடியாமல் வீட்டில் உட்கார்ந்துகொண்டு நான் அழுகிறேன் என்று கல்யாணத்தில் கலந்துகொள்ளாத வக்கீல்களும் நீதிபதிகளும் தவறாக நினைப்பதற்கு இடம் உண்டாகியிருக்கும்.

பள்ளிக்கூடத்திற்குப் போகவேண்டாம் என்று சொன்னபோது அத்வைத் ஆர்ப்பாட்டம் செய்தான். அப்பாவின் கல்யாணத்திற்குப் போவதற்காகத்தான் என்று தெரிந்தபோது எதிர்ப்புக் காட்டினான். 'எனக்குப் போகப் பிடிக்கல', 'எனக்குப் பார்க்கப் பிடிக்கல', 'என்னெக் கூட்டிப்போகாதே' என்றெல்லாம் கத்திக் கூச்சலிட்டான். ஆனால், நான் விடவில்லை. எப்போதாவது என்னைப்போலவே அவனும் பிரமோத்தைப் புதிய மனைவியுடன் சேர்த்துப் பார்க்கவேண்டி வரும். அது முன்கூட்டியே நடந்தால் மிகவும் நல்லது. நான் கண்மூடி உட்கார்ந்து, 'ஒன், டு, த்ரீ, ஃபோர்' என்று எண்ணினேன். முப்பத்தைந்து ஆனபோது அவன் கண்களைத் துடைத்துக்கொண்டு அருகில் வந்தான். 'நீயல்லாம யாரு அம்மாவுக்குத் தோழமை' என்ற வாதத்தில் அவன் வீழ்ந்தான். உடன் வருவதாகச் சம்மதித்தான். நாங்கள் சரியாக ஒன்பது மணிக்கு ஆடிட்டோரியத்தை அடைந்தோம். என்னுடைய யோகம் என்றல்லாமல் வேறு என்ன சொல்வது! தாலிகட்டுவதும் மோதிரம் மாற்றுவதும் மாலை மாற்றுவதும் புடவை கொடுப்பதும் எல்லாம் மங்களமாக நடந்தன.

உயிர்மூச்சானவனின் கல்யாண விருந்தைச் சாப்பிடுவதற்கு இடித்துக்கொண்டு செல்வது கொஞ்சம் ஓவர்தான். நான் விருந்து வேண்டாமென்று

முடிவு செய்தேன். வாழ்த்துச் சொல்வதற்காகச் சென்றேன். என்னைக் கண்டதும் வரிசையில் நின்ற வழக்குரைஞர்கள் தள்ளி நின்றார்கள். எங்களை முதலில் பார்த்தது பிரமோத்தின் அம்மாதான். அடர்த்தியாக ஒப்பனை செய்யப்பட்ட அவருடைய முகம் இருண்டது. என்னைப் பார்க்கும்போதெல்லாம் அந்த முகம் அப்படியானது. அதனால் நான் அதைக் கண்டுகொள்ளவில்லை. ஆனால், அவர் என்னுடைய குழந்தையைப் பார்த்து வெடுக்கென்று திரும்பிக்கொண்டார். அதை என்னுடைய நெஞ்சில் ஏற்றேன். ரத்தம் கொதித்தது. பிறகு எதையும் பார்க்கவில்லை, நேராக மணமக்களுக்கு அருகில் சென்றேன். பிரமோத்தின் முகம் பேயைக் கண்டது போன்று வெளிறியது. அவன் மயக்கம் போட்டு விழுந்துவிடுவான் என்று தோன்றியது. அங்கே போனது அவன்மீதிருந்த குரூரத்தால்தான். ஆனால், போகாமல் இருந்திருந்தால் அது என்மீதான குரூரமாக ஆகியிருக்கும்.

என் முன்னாள் கணவனின் புதிய மனைவி நல்லவளாக இருந்தாள். "மேடத்த முன்னாடியே வந்து பார்த்துப் பேசணும்னு ஆசைப்பட்டேன், புடிக்காம போய்ட்டா என்ன செய்யறதுன்னு நெனச்சுத்தான் வராம இருந்தேன்" என்றெல்லாம் சம்பிரதாயமாகப் பேசினாள். "இதுவா மகன்" என்று கேட்டு அத்வைத்தைக் கொஞ்சினாள். அத்வைத் என்னுடைய கையைப் பிடித்துத் திருப்பி, "போலாம் போலாம்" என்று ஆர்ப்பாட்டம் செய்யவும் முரண்டுபிடிக்கவும் செய்தான். நான் பிரமோத்தின் கண்களைப் பார்த்து வாழ்த்துச் சொன்னேன். அவன் காற்றுப் பிடுங்கப்பட்டு நின்றான். அந்தக் கிணற்றில் இருந்து எடுத்த கடைசி சொட்டு நீரை நான் அப்படிக் குடித்துத் தீர்த்தேன். பாத்திரத்தைக் கவிழ்த்து வைத்தேன். கடமையை முடித்துக்கொண்டு படியிறங்கினேன்.

அதுவரை எல்லாம் நன்றாக நடந்தது. காரில் ஏறியதற்குப் பிறகு போட்டுவைத்த கணக்குத் தவறிப்போனது. வீட்டிற்குப் போகமுடியாது என்று அத்வைத் அடம் பிடித்ததுதான் காரணம். எதிலும் கவனமாக இருக்கமாட்டான். சூழ்நிலையை மறந்து பிரச்சினை பண்ணினான் என்றும் வரும். நீதிமன்றத்துக்குக் கூட்டிச்செல்வது ரிஸ்க் தான். இருந்தாலும் அன்றைக்கு மதியம் வரைக்கும் ரோஸியும் செலீனாவும் அவனைச் சமாளிக்கட்டும் என்று முடிவுசெய்யவேண்டி வந்தது. பட்டையையும் காலரையும் கட்டி, கவுனை மாட்டிக்கொண்டு நான் தயாரானபோது அத்வைத் பயப்பட்டான். அப்போதே கலகமாகிவிட்டது. கடைசியில் ரோஸி அவனை எடுத்துக்கொண்டு வெளியே போனார். அந்தச் சமயத்தில்தான், அவன் காக்கசேரி தங்ஙளின் கண்ணில் பட்டான். ரோல் காலுக்கு முன்பே அவன் என்னுடைய கண்ணில் பட்டிருந்தான். கடல் பச்சை குர்த்தாவும் சுடிதாரும் வெள்ளை சில்க் நேரு ஜாக்கெட்டும் அணிந்திருந்தான். ஆனால் நான், சட்டென பார்வையை விலக்கிக்கொண்டேன். தீர்ப்புச் சொல்லும்போது நான் அவனைப் பார்க்கவேயில்லை. ஏதாவது 'பிர்ர்ர்ர்' சப்தமும் எழுப்பினால் முடிந்ததல்லவா? நான் காலத்தை வீணாக்கவில்லை. நேராக தீர்ப்பின் சுருக்கத்தை வாசித்தேன்:

"வாதியின் சகோதரர்களான ஒன்று முதல் மூன்றுவரையுள்ள பிரதிவாதிகள் தாமாக முன்வந்து பொதுமக்களுக்காகக் கொடுத்த பட்டியலில் உள்ள சொத்தை வாங்கிய சேரிட்டபிள் டிரஸ்ட், அதைப் பயன்படுத்துவது சமூகத்தில் உள்ள எல்லாப் பிரிவு மக்களுடைய பயன்பாட்டுக்கும் வேண்டித்தான். வாதியின் மூதாதையுடையது என்று வாதிடுகின்ற கபர் உண்மையில் இருந்தது என்று தெளிவுபடுத்துவதற்கான ஆதாரங்களையோ சாட்சிகளையோ ஆஜராக்குவதில்

வாதி தோல்வியடைந்துவிட்டார். அப்படிப்பட்ட ஒரு கபர் இருக்கும் இடத்தில் அத்துமீறித்தான் பொதுமக்கள் பயன்பாட்டுக்கான கட்டடம் கட்டப்படுகிறது என்று தெளிவுபடுத்துவதற்கு வாதியால் முடியவில்லை. நியாயமற்ற முறையில் குற்றச்சாட்டுகளை உறுதிப்படுத்துவதில் வாதி தோல்வியடைந்ததனால் வழக்கு தள்ளுபடிசெய்து உத்தரவிடப்படுகிறது. இதை முழுமையாகத் தடைசெய்ய வேண்டும் என்ற கோரிக்கையும் இதன்மூலம் தள்ளுபடிசெய்யப்பட்டது."

வாசித்ததும் என்னுடைய மனதின் பாரம் தீர்ந்தது. நான் இன்னும் சுறுசுறுப்படைந்தேன். இரண்டு மேல்முறையீடுகளும்கூட கேட்கவேண்டி இருந்தன. ஒரு மணி ஆனதை அறியவில்லை. செலீனா குறிப்புக்காட்டியபோதுதான் அதைக் கவனித்தேன். வேகமாக நடைமுறைகளை முடித்துக்கொண்டு நான் சேம்பரை அடைந்தேன். அங்கே அத்வைத்தைக் காணவில்லை. ரோஸியும் இருக்கையில் இல்லை. அவன் ரோஸியுடன் இருப்பான் என்று ஊகித்தேன். ஆனால், அப்போதே, கேண்டீனுக்குச் சென்ற ரோஸி கைகளைத் துடைத்துக்கொண்டு வந்தார். 'குழந்தை எங்கே' என்று கேட்டபோது ரோஸி செலீனாவையும் செலீனா ரோஸியையும் பார்த்தனர். சிறிதுநேரம் நாங்கள் எல்லோரும் பயந்துபோய்விட்டோம். பின்னர்தான் அவனுடைய கலகலப்பான சிரிப்பைக் கேட்டோம். நடைகூடத்தின் கடைசியில் மாடிப்படி இறங்குமிடத்துக்கு அந்தப்பக்கம், மோட்டார் வாகனத் தீர்ப்பாய அலுவலகத்திற்கு முன்னால் நான் அவனைப் பார்த்தேன். காக்கசேரி கயாலுதீன் தங்ஙள் மேஜிக் காட்டி அவனை ரசிக்கவைத்துக்கொண்டிருந்தான். அவன் அந்தரத்திலிருந்து பூச்செண்டு எடுப்பதையும் தூக்கிப் பிடித்த கையில் இருந்து மிட்டாய்களை மழையாகப் பெய்யவைப்பதையும் அந்த வழியாகப் போனவர்கள் ஆச்சரியத்தோடு பார்த்தனர்.

அதற்கிடையிலும் அவன் என்னைப் பார்த்தான். அத்வைத்திடம் என்னைச் சுட்டிக்காட்டி ஏதோ சொன்னான். அவன் என்னை நோக்கி ஓடிவந்தான். என்னைக் கட்டிப்பிடித்தான். நான் கோபத்தை அடக்கிக்கொண்டு அவனையும் கூட்டிக்கொண்டு சேம்பருக்குள் போனேன். அப்போது அவன் பின்பக்கம் பிடித்திருந்த கையை நீட்டினான். அது அந்தப் பூச்செண்டாக இருந்தது. எட்வர்ட் ரோஸ் மலர்களின் செண்டு. அவன் அதை என்னுடைய கன்னத்தில் உரசினான். என் உடல் சிலிர்த்துப்போனது. நீதிபதிகள் சிலிர்ப்படையக்கூடாதென்று சட்டம் ஒன்றும் இல்லை. அவர்களுடைய இதயத்திலும் பழமையான கபர்கள் இருக்கக்கூடாதென்றில்லை. அவற்றில் ஒன்றை யாராவது அடித்து உடைத்தால் வழக்குப்போட்டே தீரவேண்டும் என்றில்லை. அதனுள்ளே காதலின் மய்யத்து *(பிணம்)* அப்போதும் ரத்தம் ஒழுகக் கிடப்பதைப் பார்த்து நெஞ்சு வெடித்துப் போகக்கூடாது என்றில்லை.

அன்றைக்கான கண்கட்டு வித்தையாக இருக்கலாம். எனக்கு அதிபயங்கரத் தளர்ச்சி வந்தது. புத்தி பேதலித்தது. நான் ஆத்மாவை விவாகரத்துச் செய்த உடலானேன். பிரமோத்தை நேசித்த நிமிடங்களின் நினைவுகள் ஜின்களாகச் சுற்றிலும் பறந்தன. நண்பகலுக்குப் பிறகு விடுப்பெடுப்பதற்கு முடிவு செய்தேன். அப்படியே அத்வைத்தையும் கூட்டிக்கொண்டு நான் உணவகத்துக்குப் போனேன். பிறகு சினிமாவுக்கும். அம்பிளி *(நிலா)* என்ற படம் அது. வேலைநாள் என்பதாலும் பகல் என்பதாலும் கூட்டமில்லை. அத்வைத் சந்தோசமானான். அதில் வரும் பாடலை அவன் நாற்காலியின்மேல் ஏறி நின்று பாடினான். சப்தமாகக் கை கொட்டினான். அடுத்த இருக்கையில் உட்கார்ந்திருந்த அவனும் அவன்கூடச் சேர்ந்து கை தட்டினான். அதற்குப் பிறகு நான் சினிமா ஒன்றும் பார்க்கவில்லை. நான் உட்கார்ந்து உருகினேன்.

யட்சிப்பாலை மரத்தில் இருந்து கழன்று வந்த மூத்தவளும் செம்புக் கொப்பரைக்கு அடியில் இருந்து வெளியே வந்த இளையவளும் ஒருவரையொருவர் சந்திக்கின்ற தருணமில்லையா? அதைத்தான் நான் அனுபவித்தேன். அவர்கள் ஒன்றுசேர்ந்து யோகீஸ்வரன் மாமாவைக் கண்டுபிடித்தனர். கதையிலிருந்து அப்பா வெட்டியெறிந்ததும் அம்மா உயிர்ப்பித்ததுமான நாய் அவர்களைப் பார்த்து உருண்டு புரண்டு சந்தோசமடைந்தது. அந்தச் சந்தோசத்தைத்தான் நான் அனுபவித்தேன்.

ஆயிரம் பௌர்ணமிகளைப் பார்த்துவிட்டுத்தான் யோகீஸ்வரன் மாமா காசிக்குப் புறப்பட்டார். எதற்காக அவர் திரும்பி வந்தார்? ஒருவேளை, யோகீஸ்வரன் மாமா அன்றுவரை நிலாவையும், இரவையும், நிலவொளியையும் பார்க்காமல் இருந்திருக்கலாம். ஐந்து வருடம் பாதையோரத்திலும் சத்திரங்களிலும் இடுகாடுகளிலும் புத்தவிகாரங்களிலும் கோவில்களிலும் மயானங்களிலும் மெய்யான இரவையும் யதார்த்தமான இருட்டையும் நிலவொளி என்ற மாயையையும் அவர் அனுபவித்திருக்கவேண்டும். கல்லிலும் முள்ளிலும் நடந்து, பல நாடுகளைக் கடந்து, பல மொழிகளைக் கேட்டு, பல ஆறுகளில் மூழ்கி எழுந்தபோது வாழ்க்கை ஒரு வழக்கல்ல, தீர்ப்புதான் என்று அவர் கண்டடைந்திருப்பார். தெய்வம் யாருக்கும் நீதிபதி அல்ல, எல்லோருக்கும் சாட்சிதான் என்று புரிந்துகொண்டிருப்பார். தன்னுடைய ஆத்மாவின் ஆனந்தம் எது என்ற தேடல்தான் மதம் என்று அங்கீகரித்திருக்கவேண்டும். இறுதியாக அவர் கங்கையில் குளித்திருப்பார். சிதைகள் எரிகின்ற கங்கைக்கரை மயானத்தின் படிக்கட்டில் நீட்டிப்படுத்திருந்து தனக்கு முன்பே புறப்பட்ட முன்னோர்கள் எல்லோரும் தேடி நடந்தது என்னவாக இருந்தது என்று புரிந்து சிரித்திருப்பார். போதுமென்று வரும்வரை

உறங்கியிருப்பார். விழித்தெழுந்தபோது வேறொரு வழியில் திரும்புவதற்குத் தயாராகியிருப்பார். மண் ஆசை தீராதவரும் அகங்காரம் அடங்காதவரும் ரத்தத்திற்காகப் பிடிவாதம் பிடிப்பவருமான யாரோ அநாதைகளாக்கிய இரண்டு சிறுமிகள் “எங்களையும் கூட்டிக்கிட்டுப் போங்க” என்று அவரிடம் கெஞ்சியிருக்கவேண்டும்.

அந்தச் சினிமாவும் இரண்டு பேரின் பயணக் கதையாக இருந்தது. நீண்ட சாலைகளும் மலைகளும் திரையில் தோன்றின. யோகீஸ்வரன் மாமாவின் கைகளைப் பிடித்துக்கொண்டு நடப்பது அந்நியச் சிறுமிகள் அல்ல, நானும் அத்வைத்தும்தான் என்று நான் கண்டேன். யோகீஸ்வரன் மாமா எப்போதோ காக்கசேரி கயாலுதீன் தங்ஙளாகிவிட்டார். அவன் எனக்கும் அத்வைத்துக்கும் இடையில் உட்கார்ந்திருந்தான். வாதியும் வழக்கைத் தள்ளுபடி செய்த நீதிபதியும் தங்களுக்குள் எவ்வளவுதூரம் நெருங்கி உட்காரலாம் என்ற விதியை நான் மறந்தேன்.

“மேடம். நான் மன்னிப்புக் கேட்கறேன்.”

அவன் சொன்னான். இருட்டில் நாங்கள் ஒருவரை ஒருவர் பார்த்துக்கொண்டோம். அது மிகுந்த சிலிர்ப்பாக இருந்தது. திரையில் இருந்து வரும் வெளிச்சம் அவனுடைய கண்களை ரத்தினக்கற்களாக்கியது. இந்தமுறை வானவில்கள் தோன்றவில்லை. ஒளிர்வு மட்டுமே. உச்சி வெயிலில் தடாகப்பரப்புப் போன்று. நிலவொளியில் கடல் பரப்புப் போன்று.

“பேனா கொடுக்கட்டுமா, பாம்பா மாத்துறதுக்கு?”

நான் கேட்டேன். அவன் மறுபடியும் “மன்னியுங்கள்” என்று கிசுகிசுத்தான். அந்த முணுமுணுப்பு இதயத்திலிருந்து வந்தது. அதில் சுய அவமதிப்பு இருந்தது. அதனால் “காகிதம் வேணுமா ரண்டா கிழிக்கறதுக்கு” என்ற கேள்வியை நான் ரத்து செய்தேன்.

“உங்களுக்கு அடிமைகளா ஜின்னுங்க இருக்கா?”

நான் கேட்டேன்.

“அடிமைகள் அல்ல, அவங்க நண்பர்கள்.”

அவன் சிரித்தான்.

“அவங்கள வச்சு எதையும் செய்யவைக்க முடியுமா?”

“அவங்களுக்குச் சரின்னு தோணுறது எதையும்.”

“என்னை கண்ணுக்குத் தெரியாம ஆக்க முடியுமா?”

“நாம இப்பவே கண்ணுக்குத் தெரியாமத்தான் இருக்கோம்.”

“எனக்குக் கண்கட்டு வித்தை சொல்லிக்கொடுப்பீங்களா?”

“ஆனா, கேட்கிற வெகுமதியக் கொடுக்கணும்.”

“கொடுக்கறேன்.”

நான் எளிதாக வாக்குக்கொடுத்தேன். திடீரென்று தியேட்டருக்குள்ளே என்னையும் அவனையும் பொதிந்த இருட்டின் ஒரு பெரிய செம்புக் கொப்பரை கவிழ்ந்தது. அதற்குள் எங்களுடைய கண்கள் மட்டுமே ஒளிர்ந்தன. ஒருவருக்கொருவர் பார்த்துக்கொள்கின்ற பெண்ணுடையதும் ஆணுடையதும் கண்மணிகள் வைரங்களாக மாறுவதுதான் பூமியில் ஆகப்பெரிய மகேந்திர ஜாலம் என்று நான் கற்றேன். அந்தப் பாடத்திற்கான வெகுமதியை அவன் கேட்கும் முன்பே நான் தட்சணையாக வைத்தேன் - அவனுடைய உதடுகளில் ஆழப் பதித்த, மந்திரம் பொதிந்த, ஒரு முத்தம்.

ஆறு

அத்வைத்தை அம்மாவின் வீட்டில் விட்டுவிட்டுத்தான் நான் புறப்பட்டேன். காரில் உட்காரும்போது "மேடம் அம்மாகிட்ட என்ன சொன்னீங்க" என்று காக்கசேரி கயாலுதீன் தங்ஙள் கேட்டான். அவனைப் பொறுத்தவரை குறிப்பிடத்தக்க ஒரு விசயம் அதுதான். முதல் முத்தத்திற்குப் பிறகு பிரமோத் என்னை "ஏண்டீ" என்றல்லாமல் கூப்பிட்டதில்லை. அந்த முத்தம் அப்படிச் சொல்லிக் கூப்பிடுவதற்கான உரிமையை நிலைநாட்டுவதாக இருந்தது. ஆனால், அது ஒரு விவரம் கெட்ட வயதாக இருந்தது. 'ஏண்டீ' அழைப்பு ஒரு உரிமையியல் நீதித்துறை நடுவர், உச்சநீதிமன்றத் தலைமை நீதிபதியாகக் கிடைத்த பதவி உயர்வுதானென்று நான் தவறாக நினைத்துக்கொண்டேன். அதில் அகங்கரித்தேன். காக்கசேரி தங்ஙள், நீதிமன்றத்தில் தாழ்ந்து வணங்கவேண்டி வந்ததற்குப் பழிதீர்க்கத் துணிவான் என்று நான் நம்பினேன். அந்த நிமிடத்தை எதிர்கொள்வதற்கு நான் என்னையே தயார்படுத்திக் கொண்டேன். என்னுடைய மனதை வாசித்தோ என்னவோ, அவன் மேலதிகம் கீழ்ப்படிபவனாகவும் மேலதிகம் பணிவானவனாகவும் ஆனான். அது என்னைப் பயமுறுத்தியது.

"அம்மா ஒண்ணும் கேட்கல. ட்ரெய்னிங்னு நெனச்சிருப்பாங்க."

நான் சொன்னேன்.

“மகேந்திர ஜாலத்தில் ட்ரெய்னிங் இல்லை. ஆராதணை மட்டுந்தான் இருக்கு.”

அவன் ஸ்டியரிங்கில் தாளம் போட்டுக்கொண்டு என்னைப் பார்த்தான்.

“எதனாலன்னு மேடத்துக்குத் தெரியுமா?”

“சொல்லிக்கொடுங்க.”

“இது ஒரு கலை. எல்லாக் கலைகளும் மனுசங்களுக்கு இடையில இருக்கிற உணர்ச்சிபூர்வமான கொடுக்கல் வாங்கல்தான். உணர்ச்சிபூர்வமான எந்தவொரு பரிவர்த்தனைக்கும் ட்ரெய்னிங் இல்லை. ஆராதனை மட்டும்தான் உண்டு. அதற்கு வேண்டியது, கத்துக்கறதுக்கான மனப்பூர்வமான விருப்பமல்ல. தன்னை மறந்த உத்வேகம்தான்.”

அந்த நேரத்தில் மழை தொடங்கியது. பெய்தது மலர்களாக இருந்தது. நான் பிரமித்துப்போனேன். கண்ணாடியை இறக்கி நான் மேலே பார்த்தேன். வானம் இளஞ்சிவப்பு நிறமாக ஆகியிருந்தது. ரோஜாப்பூக்கள் என்னுடைய மூக்கிலும் நெற்றியிலும் பட்டுப்பட்டு விழுந்தன. மிகுந்த உயரத்தில் இருந்து விழுந்ததால் சில இதழ்கள் கசங்கி முகத்தில் ஈரம்போலப் படர்ந்தன. நான் அத்வைத்தைப் போல கலகலவென்று சிரித்தேன். நீதிபதி என்பதை மறந்து கூச்சலிட்டேன். அன்றுவரை காக்கசேரி கயாலுதீன் தங்ஙளிடம் தோன்றியிருந்த வெறுப்பையெல்லாம் பூக்கள் தட்டித் தெறிக்கவைத்தன. பெய்து விழுந்த எட்வர்ட் ரோஸ் மலர்கள் குவிந்து உருவான மலைத்தொடர்களுக்கிடையில் இளஞ்சிவப்புக் கம்பளமாகிப்போன நீண்ட சாலை வழியாக செங்கல் நிற நேரு ஜாக்கெட்டும் காலரில் மஞ்சள் எம்ப்ராய்டரி இடப்பட்ட குரு குர்த்தாவும் பைஜாமாவும் உடுத்திய

காக்கசேரி தங்ஙள் அவனுடைய ரோல்ஸ் ராய்ஸ் காரை ஓட்டினான். சக்கரங்கள் சாலையில் பதியவில்லை. ஒரு பூவும் கசங்கவில்லை. திறந்து வைத்த ஜன்னல் வழியாக என்னுடைய மடியில் ரோஜா மலர்கள் குவிந்தன. நான் அவற்றை அள்ளியெடுத்து முகர்ந்தேன். அதிலிருந்து ஒன்றை எடுத்து காக்கசேரி தங்ஙள் என் கூந்தலில் சூடினான்.

“எவ்வளவு நேரம் நீங்க இந்தக் கண்கட்டு வித்தைய நடத்துவீங்க?”

நான் சோர்வுற்றேன்.

“மேடம் அனுமதிக்கிற வரைக்கும்.”

மெதுவாக மலர் மழை ஓய்ந்தது. கூந்தலில் சூடிய பெரிய ரோஜா மட்டும் எஞ்சியிருந்தது. நான் காதலில் ஆழ்ந்தேன்.

“நீங்க எதனால, என்னெ பேரு சொல்லிக் கூப்பிடாம மேடம்ன்னு கூப்பிடறீங்க?”

“உங்களுக்கு வேண்டியது ஆதரவு. கிடைக்காததும் அதுதான்.”

என்னுடைய கையறுநிலை மறைந்துபோனது. இவன் எந்த கபரை உடைக்கத் தயாராகிறான்? நான் எச்சரிக்கையடைந்தேன்.

“எனக்கும் அதுதான்.”

அவன் கூடுதலாகச் சொன்னான்.

“ஆனால், நீங்க பணக்காரர், செல்வந்தர், எல்லாத்துக்கும் மேல ஆம்பளை...!”

நான் தர்க்கம் செய்தேன்.

“அது வெளியில தெரியற நான்.”

என் இதயம் துடித்தது.

'உள்ள இருக்கற நான் இது எதுவுமில்லை. ஒரு கலவரத்தை அனுபவிச்சவன். பெரிய கும்பல், உடுத்தியிருக்கற துணிய அவுத்து உங்களோட பிறப்புறுப்பப் பார்த்து நீங்க யாருன்னு பார்க்கிற ஒரு கணம் இருக்குதே? அதை அனுபவிச்ச ஒருத்தன் - இந்துவாகட்டும், முஸ்லீம் ஆகட்டும் - ஒரு மனுசனா இருக்கமுடியாது."

நான் திகைத்துப்போனேன். அது எதிர்பாராததாக இருந்தது. அதுவரைக்கும் நான் நீதிபதியும் ஆண்மகனால் வசீகரிக்கப்பட்ட பெண்ணுமாக மட்டுமே இருந்தேன். ஆனால், அந்த நிமிடம் நான் இந்துவும் அவன் முஸ்லீமுமானோம். அந்த நிமிடம், எனக்கு அவனிடத்தில் பயமும் தோன்றியது.

"மேடம் பாலைமரத்தில் ஆணியடிக்கப்பட்ட மூத்தவளும் கவிழ்த்துவைத்த கொப்பரைக்கு அடியில் சிக்கிய இளையவளும் ஒருவரையொருவர் சந்தித்தார்கள் என்று வைத்துக்கொள்ளுங்கள். அக்கா தங்கையைக் கண்டு பயப்படுவாளா? தங்கை அக்காவை வெறுப்பாளா?"

அவன் கேட்டான். தப்பிப்பதைப் பற்றித்தான் நான் யோசித்தேன். காரணம், காக்கசேரி தங்ஙள் வெறும் எதிரியாக இருக்கவில்லை. மனதை வாசிக்கும் திறனுள்ள எதிரியாக இருந்தான். என்னுடைய நம்பிக்கை தளர்ந்தது. மனதின் துலாக்கோல் அங்கும் இங்கும் ஆடியது. அதைப் பிடித்து நேராக நிறுத்துவதற்கு நான் போராடிக்கொண்டிருந்தேன்.

"மூத்தவளோடதும் இளையவளோடதும் கதை உங்களுக்கு எப்படித் தெரியும்?"

நான் உமிழ்நீரை இறக்கிறேன்.

“மகேந்திர ஜாலத்தில் கட்டுப்படுத்துவது மனிதர்களுடைய கற்பனைகளைத்தான் மேடம். அதாவது, பாவனையை. கொஞ்சம் ஹோம் ஒர்க் கண்டிப்பா தேவைப்படும்.”

நான் அவனைப் பார்த்தேன். அவன் ஸ்டியரிங்கில் தாளம் கொட்டினான். நீலச்சிறகுடைய ஒரு பெரிய பட்டாம்பூச்சி காரின் முன்புறக் கண்ணாடியில் வந்து அமர்ந்து சிறகசைத்தது. அது என்னைப் பார்த்துப் புன்னகைத்தது. கண்சிமிட்டிக் காண்பித்தது. நான் திகைத்துப்போய் உட்கார்ந்திருந்தேன். அது மலர்ந்து புன்னகைத்துக்கொண்டு பறந்து போனது. என்னுடைய பயம் இரட்டிப்பானது.

“என்னைப்பத்தி ஹோம் ஒர்க் செஞ்சேன்னு சொன்னத நான் நம்புறேன். ஆனா, அந்தக் கதை எனக்குத் தெரியும்னு உங்களுக்கு உறுதியாத் தெரியாம எப்படி என்னோட கற்பனைய மேனிபுலேட் செய்வீங்க?”

அவன் சிரித்தான். இன்னொருமுறையும் தாளம் கொட்டினான். ஸ்டியரிங் ஒரு பாம்பானது. அதுவும் கடும் சிவப்புக் கண்ணுடைய ஒரு தங்க நாகம். அது என்னைப் பார்த்துக் கண் சிமிட்டியது. நான் அதற்கு நேராகக் கை நீட்டினேன். காக்கசேரி தங்ஙள் அந்தக் கையைப் பிடித்துத் தன்னுடைய உதட்டோடு சேர்த்தான். அவன் வெட்டி ஒழுங்குபடுத்திய அவனுடைய தாடி உள்ளங்கையில் உரசியது. நான் குறுகுறுப்புற்றேன். கையை எடுத்துக்கொண்டேன்.

அவன் வண்டியை மெதுவாக ஒரு இடைச்சந்திற்குத் திருப்பினான். ஒரு பக்கத்தில் முழுவதும் ரப்பர் தோட்டமாக இருந்தது. இன்னொரு பக்கத்தில் மரங்கள் நிறைந்த ஒரு வளாகம். அவனுடைய பெரிய வண்டி வழியின் இரு வசங்களிலும் உள்ள மதில்களில் உராய்ந்துவிடும் என்று நான் பயந்தேன். ஆனால், அவன்

சாதுர்யமாக ஒரு வேலிக்கு முன்னால் நிறுத்தினான். பின் இருக்கையில் வைத்திருந்த துணிக்கடைப் பையில் இருந்து ஒரு புதிய பர்தாவை எடுத்தான். என்னிடம் நீட்டினான்.

"எதுக்கு இது?"

நான் குழம்பிப்போனேன்.

"ஜட்ஜும் வழக்குல வாதியும் ஒண்ணுசேர்ந்து இருக்கறத யாரும் பார்க்கக்கூடாதில்லையா?"

அவன் சிரித்தான். என்னுடைய தொண்டை மேலும் வறண்டது. அவன் என்னிடம் தண்ணீரை நீட்டினான். நான் ஒரு வாய் குடித்தேன். பிறகு பர்தாவை விரித்தேன்.

"கண்கட்டு வித்தைக்காரனுக்கு எதுக்கு பர்தா? மத்தவங்களோட கண்ணக் கட்டி என்னெ கண்ணுக்குத் தெரியாதவளாக்கினாப் போதாதா?"

அதைத் தலைவழியாக மாட்டிக்கொண்டு வெளியே இறங்கியபோது நான் கேலி செய்தேன்.

"கண்கட்டு வித்தைக்காரன் கவிஞனைப் போன்றவன். கவிஞன் கவிதையை ஆராதிக்கின்றான். கவிதை கவிஞனை ஏற்றுக்கொள்கிறது. அதுபோல என்னுடைய கண்கட்டு வித்தையை ஏற்றுக்கொள்ளாத ஒருத்தரிடம் அது துளிகூடச் செயல்படாது."

அவன் என்னைப் பார்த்தான். கண்கள் முதல் நாளைப்போன்று மின்னின. நான் முகத்திரையை இழுத்துவிட்டு என்னுடைய கண்களை மறைத்தேன். அவன் சிரித்துக்கொண்டே, 'மேடம் வாங்க' என்று கூப்பிட்டான். நான் சுற்றிலும் பார்த்தேன். பெரிய மரங்களும் கொடிகளும் உள்ள வளாகம். வளாகம் முழுவதும் பச்சை நிறத்திலான பேரிருள் மூடிக்கிடந்தது. இவன் எதற்காக என்னை இங்கே கூட்டிவந்தான்? ஒரு

ஈ காக்கைகூட இல்லாத இந்தச் சிறிய காட்டுக்குள்ளே என்னைக் குழிவெட்டி மூடினால் யார் கண்டுபிடிக்கப் போறாங்க? நான் தடுமாறினேன்.

"பயப்படாதீங்க. போகிற வழியிலெல்லாம் சிசி டிவி கேமரா இருக்கும் இந்தக் காலத்துல அதெல்லாம் செய்ய முடியாது."

அவன் சொன்னான்.

"எனக்கும் மனசை வாசிக்கிறதுக்குக் கத்துக்கணும்."

நான் வெகுளித்தனமாகச் சொன்னேன்.

"அதைப் படிக்காம இருக்கறதுதான் நல்லது. மனசை வாசிக்கறதுக்குக் கத்துக்கிட்டதுக்கு அப்புறம் ஒரு உறவுலயும் பெருசா என்னால தொடர முடியல."

அவன் சங்கடத்தோடு சிரித்தான்.

"மைன்ட் ரீடிங் தொடங்கின காலத்துல அது சுவாரசியமா இருந்துச்சு. சொந்த உடன்பிறப்புங்களோட மனசுகளையும் அப்போது காதலிச்சுக்கிட்டுருந்த ஒரு பொண்ணோட மனசையும் வாசிச்சதுக்கப்புறம் ஏன் படிச்சோம்னு பச்சாதாபம் தோணிருச்சு."

நாங்கள் மரங்களுக்கு இடையே நடந்தோம். பக்கத்து பிளாட்டில் வேலை நடப்பதைப் பார்க்கமுடிந்தது. அவன் அங்கே நடந்தான். இரண்டு மூன்று ஜேசிபி இயந்திரங்கள் மண்ணைத் தோண்டிக்கொண்டிருந்தன. மரங்கள் நிறைந்த நிலத்தை வெட்டிக்கொண்டு ஒரு மதில் எழுந்திருந்தது...

"இதுதான் என்னோட எல்லை."

அவன் மதிலுக்கு உட்புறத்தில் ஒரு இடத்தைச் சுட்டிக் காட்டினான். என்னுடைய இதயம் படபடவென்று அடித்துக்கொண்டது. எனக்குத் தவறு நேர்ந்துவிட்டது

என்பதைப் புரியவைக்க வேண்டித்தானோ அவன் என்னை இந்த இடத்திற்குக் கூட்டிவந்தான்?

"இங்கதான் அந்தக் கபர் இடம்."

அவன் ஒரு குழியை மூடிவைத்திருந்த தார்பாலினை விலக்கினான். அங்கே உடைந்து கிடந்த இரண்டு சிறிய மினார்களின் எச்சங்களை நான் பார்த்தேன்.

"இது கபர் இடந்தான்னு சொல்றதுக்கு என்ன சான்று இருக்கு?"

என்னுடைய குரலில் எரிச்சல் நிறைந்தது.

"அதைத் தெளிவுபடுத்தறதுக்குக் கோர்ட் உதவ வேண்டாமா?"

அவன் என்னை உதவியற்றவனாகப் பார்த்தான்.

"அதுக்கு ஆதாரங்களையும் சான்றுகளையும் சமர்ப்பிக்கவேண்டாமா?"

"வரலாறு, மனித இனத்தோட பொதுச் சொத்துன்னுதானே நாம படிச்சிருக்கிறோம். அதனால, இது ஈஸியா ஜெயிக்கக்கூடிய கேசுதான்னு நான் தப்பா நெனச்சுட்டேன். என்னோட வக்கீலும் என்னெ அப்படி நம்பவச்சுட்டாரு."

அவன் விஷமத்தோடு சிரித்தான்.

"தம்பிகளெல்லாம் இடத்தை வித்தது எனக்குத் தெரியாது. ஆனா, அவங்களுக்கு வேற வழியில்லை. மூணு பேரும் சேர்ந்து நடத்தின பிசினஸ்ல நஷ்டம் வந்துருச்சு. இந்த இடத்த ஜப்தி செய்யற நிலை வந்துருச்சு. இது ஒரு துயர விற்பனை. இடத்தை வாங்கிக்கிறோம்னு டிரஸ்ட்காரங்க சொன்னாங்க. அவங்க சம்மதிச்சாங்க. விற்பனை ஒப்பந்தம் எழுதினதுக்கு அப்புறந்தான் எனக்கு விவரம் தெரிஞ்சுது."

"முன்னாடியே தெரிஞ்சிருந்தா?"

"எப்படியும் இது இருக்கற இடத்தை நான் வாங்கியிருப்பேன்."

"இந்த கபர் இங்க இருக்கறது தம்பிகளுக்குத் தெரியாதா?"

"அவங்களோட ஜீவமரணப்போராட்டத்துக்கு இடையில ஒரு கபருக்கு என்ன முக்கியத்துவம்? விவரம் தெரிஞ்ச உடனேயே நான் ஸலாகுதீனக் கூப்பிட்டேன். அப்பவே விற்று முடிச்சிருந்தாங்க."

"கொஞ்சூண்டு இடத்தை விட்டுக்கொடுங்கன்னு வாங்கினவங்ககிட்டச் சொல்லிருக்கலாமில்லையா?"

"அதுதான் நான் செஞ்ச தப்பு. நான் இந்த இடத்த வாங்கின டிரஸ்ட்காரரங்களைக் கூப்பிட்டேன். அவங்ககிட்ட இப்படியொரு கபர் அங்க இருக்குதுன்னு சொன்னேன். அதுக்கு எந்தக் கேடும் வராம பாதுகாக்கறதுக்கான இடத்த செண்ட்டுக்கு பத்தாயிரம் ரூபாய் கூட்டி எனக்கு விற்கச்சொல்லி ரெக்வஸ்ட் பண்ணினேன். ஆலோசிக்கறோம், ஒரு வாரம் டைம் வேணும்னு டிரஸ்ட்டோட செகரெட்டரி சொன்னாரு. அதுக்கப்புறம் நான் காதுல கேட்டது மதில் கட்டத் தொடங்கிட்டாங்கன்னுதான். இங்க இப்படியொரு கபர் இருக்குதுன்னு கேள்விப்பட்டு முஸ்லிம்கள் பிரச்சினை பண்ணினா என்ன செய்யறதுன்னு பயந்திருப்பாங்க."

அவன் திரும்பி நடந்தான். எனக்குக் கதவைத் திறந்துகொடுத்தான். கார் வெளியே வந்தது. அவன் கேட்டை மூடினான். மீண்டும் டிரைவிங் சீட்டில் ஏறும்போது 'பர்தாவ கழற்றலையா' என்று கேட்டான். நான் அதைக் கழற்றி மடித்து அதே கவரில் போட்டு பின்பக்க இருக்கையில் வைத்தேன். கார் மெயின் ரோட்டில் ஏறும் வரைக்கும் நாங்கள் பேசவில்லை. நெஞ்சுக்குள் ஒரு பாரம் அழுத்தியது.

"ச்சே, என்னோட தப்பு! நான் பிரிஜுடிஸ்ட் ஆகிட்டேன்."

நான் படபடப்போடு சொன்னேன்.

"என்னோட தப்பும் இருக்குது. நானும் பிரிஜுடிஸ்ட் ஆகிட்டேன். எப்படியிருந்தாலும், ஒண்ணுக்குப் பின்னாடி ஒண்ணாத் திருப்பியடிக்கிறபோது நாம ரொம்ம பிரிஜுடிஸ்ட் ஆயிடுவோம்."

"உங்களோட கண்கட்டு வித்தை எதுவும் இந்த டிரஸ்ட்டோட செகரெட்டரிகிட்டப் பலிக்கலையா?"

அவனுடைய முகம் மங்கியது.

"மேடம், சட்டத்தை மீறவேணும்னா வேற எத்தனையோ வழிகள் இருந்துச்சு. யாருக்காவது உதவறதுக்கோ சந்தோசப்படுத்தறதுக்கோ அல்லாம நான் ஒருபோதும் என்னோட அறிவைப் பிரயோகிச்சதில்லை."

"அதனாலதானா அன்னைக்கு என்கிட்ட?"

"அது அந்த வக்கீலோட கண்ணீரப் பார்த்துட்டுத்தான்?"

அவன் ஆழ்ந்து மூச்செடுத்தான்.

"ஆனா, அந்த வெட்டிங் கார்டு - அது உங்கள நான் சோதிச்சுப் பார்த்தேன்."

அவனுடைய குரல் சோர்ந்துபோனது. முகம் சிவந்தது; கண்கள் நனைந்து மின்னின. என்னுடைய இதயம் அதிவேகமாகத் துடித்தது. இது என்னுடைய கண்கட்டு வித்தை என்று நான் பயந்தேன். காருக்குள் கனமான அமைதி நிறைந்தது.

"இந்தக் கேஸ்ல மேல் கோர்ட்ல இருந்து தடை உத்தரவு கெடைக்கறது கஷ்டம்தான். எதிர்த்தரப்பு சமர்ப்பிச்ச ஆதாரங்கள் ரொம்ப ஸ்ட்ராங்க இருக்கு."

நான் விசயத்தை மாற்றுவதற்கு முயற்சித்தேன்.

"பார்க்கலாம்."

"மேல் கோர்ட்ல ஜட்ஜோட மனச வாசிச்சு கேஸ் ஜெயிக்கலாங்கற முட்டாள்தனம் வேண்டாம்."

"அப்படீன்னா நான் இன்னொரு உண்மையச் சொல்றேன். வாசிக்கறதுக்கு உற்சாகப்படுத்தாத ஒரு மனசையும் நான் வாசிக்கமாட்டேன்."

"அப்படீன்னு சொன்னா?"

"மனச வாசிக்கறது அவ்வளவு இன்பகரமான விசயம் ஒண்ணுமல்ல, மேடம். அவுத்துத் தொறந்து வச்சா உலக அழகியா இருந்தாலும், பார்த்துக்கிட்டிருக்கறது கஷ்டம்."

நான் சற்று நடுங்கிப்போனேன்.

"இன்னொரு விசயம். கொஞ்சூண்டு படிச்சு முடிக்கறபோதே மீதி இருக்கற பெரும்பாகமும் அதேதான்னு புரிஞ்சுபோயிடும். ஒரே ஆசைகள், பேராசைகள், நிராசைகள், தாழ்வுமனப்பான்மைகள்."

"இருந்தாலும் எனக்கு உங்களோட மனச வாசிக்கணும்."

"என்னோட மனச நீங்க எப்பவே வாசிச்சு முடிச்சிட்டீங்க மேடம். அதை நீங்க மேனிபுலேட் பண்ணறதுக்கும் தொடங்கிட்டீங்க இல்லையா?"

அவனுடைய கன்னங்கள் சிவந்தன. எனக்கு அது பிடித்திருந்தது.

"அப்பீல் ஃபைல் பண்ணியாச்சா?"

நான் கேட்டேன்.

"பண்ணியாச்சு. ரண்டு நாள் கழிச்சு போஸ்ட் பண்ணினேன்."

"தள்ளுபடி செஞ்சிட்டாங்கன்னு வச்சுக்கோங்க. என்ன செய்வீங்க?"

"அதுக்கும் மேல இருக்கற கோர்ட்டுக்குப் போவேன்."

"அதுக்கு முன்னாடி காக்கசேரி குடும்ப வரலாற்றில் பொது ஆண்டுக்குப் பிந்தைய ஆறாம் நூற்றாண்டைச் சேர்ந்த கபர் இடம் கண்டுபிடிக்கப்பட்டதுன்னு ஏதாச்சும் நியூஸ் பேப்பர்ல ஒரு செய்தி போடவைங்க."

நான் சொன்னேன்.

"அதுக்கப்புறம்?"

"கபர் இருக்கும் இடம் கண்டுபிடிக்கப்பட்டதுன்னு ஆர்கியாலஜிகல் டிபார்ட்மெண்ட்டுக்கு ஒரு கடிதம் கொடுங்க."

"அதுக்கப்புறம்?"

"பின்ன என்ன? சும்மா இருந்தாப் பத்தாதா? அவங்க அந்தக் கபரையும் அது இருக்கற உங்களோட நிலத்தையும் எடுத்துக்குவாங்க."

"அதுக்கப்புறம்?"

அதற்கு நான் பதில் சொல்லவில்லை. அவன்தான் சொன்னான்:

"மேடம், இது என்னோட தனிப்பட்ட சந்தோசம். நூற்றாண்டுகளுக்கு முன்னாடி நேசிக்கவும் நேசிக்கப்படவும் செஞ்ச, சதிசெய்யப்படவும் சாகவும் செஞ்ச ஒரு மனிதர்தான் இதுக்குள்ள இருக்காரு. அந்த வேர்ல இருந்துதான் நான் வெடிச்சுத் தளிர்த்தேன். இனி வரப்போகிற தலைமுறைகளுக்கும் அதனாலதான் இது முக்கியமானதா இருக்கப்போகுது. இதுல மதமல்ல, குடும்பம்தான் இருக்குது. எப்படிப்பட்ட விளம்பரப்படுத்தலும் மதப் பற்றாளர்களக் கவரும். நான் அதை விரும்பல."

"பின்ன நீங்க என்ன செய்யப்போறீங்க?"

"போகக்கூடிய இடம் வரைக்கும் போவேன். பிறகு கோர்ட் என்ன முடிவெடுக்குதோ அப்படி."

எனக்குக் குற்ற உணர்வு அனுபவப்பட்டது. பின்னர் நீண்ட நேரம் நாங்கள் மௌனமாக இருந்தோம். திரும்பிவந்த பயணம் சட்டெனத் தீர்ந்துபோனது. அம்மாவின் வீட்டிற்குத் திரும்புகின்ற பாதையின் தொடக்கத்தில் அவன் காரை நிறுத்தினான். இறங்குவதற்கு முன்பு, நான் கேட்டேன்:

"என்னோட மனசுல நீங்க என்ன வாசிச்சீங்க?"

அவனுடைய பதில் குறுகியதாக இருந்தது.

"மேடம், நீங்க ஒரு ஆளல்ல, ரண்டுபேரு."

அவன் என் கையைப் பிடித்துக்கொண்டு முன்பு ஒருபோதும் யாரும் பார்த்திருக்காத அத்தனை ஆராதனையோடு சொன்னான்:

"நாகங்களை ஆபரணமாக்கிய ஒருத்தியும் கொடியில் தொங்கி ஆகாயத்தில் ஊஞ்சலாடுகின்ற மற்றொருத்தியும்."

எனக்கு அழுகை வந்தது. வாழ்க்கையில் முதன்முறையாக மற்றொருவரின் அருகாமையில் எனக்குச் சொல்லமுடியாத பரிபூரணத்துவம் அனுபவப்பட்டது.

ஏழு

எனது பிறப்பிற்கும் ஒரு ஐதீகம் இருந்தது. அண்ணன் பிறந்து ஐந்து ஆண்டுகளுக்குப் பிறகுதான் அம்மா என்னைக் கற்பத்தில் தாங்கினார். ஐந்தாம் மாதம் வரை வயிற்றில் இரண்டு குழந்தைகள் இருந்தன. ஆனால், ஆறாம் மாதம் பரிசோதித்தபோது ஒரு இதயத்தின் துடிப்பே கேட்டிருக்கிறது. பிரசவம் நடந்தபோது வெளியே வந்தது நான் மட்டும்தான். என்னுடன் உயிர்த்ததை நான் தின்றுவிட்டேன் என்று ஒருமுறை அப்பாவின் உறவினர்களில் யாரோ ஒருவர் சொன்னார். நான் நடுங்கிப்போனேன். ‘உண்மையாவே நான் பாப்பாவத் தின்னுட்டேனா அம்மா” என்று பலமுறை நான் அம்மாவிடம் கேட்டேன். வயிற்றில் இருக்கும் குழந்தைகளால் அப்படி உணவு சாப்பிட முடியாதென்றும் அம்மாவின் தொப்புள்கொடி வழியாக இழுத்தெடுக்கின்ற ரத்தத்தின்வழியாகத்தான் சத்துக்கள் கிடைக்குமென்றும் அம்மா சொன்னார். எனக்குத் திருப்தியாகவில்லை. மேல்நிலைப் பள்ளியில் உடன் பயின்ற ஒருத்தியின் அம்மா மருத்துவராக இருந்தார். ஒரு நாள் அவர் மகளுக்காகக் காத்துக்கொண்டு மாருதி எஸ்டீம் காரில் சாய்ந்து நிற்பதைப் பார்த்து நான் அருகில் சென்று: “டாக்டர், ஒரு சந்தேகம் கேட்டுக்கட்டுமா” என்று பதற்றத்தோடு கேட்டேன். அவர் என்னை மேலும் கீழும் பார்த்தார். முகத்தில் எந்த மாற்றமும் தோன்றவில்லை.

"கன்சல்டேஷனா இருந்தா நாளைக்குப் பத்து மணிக்கு அப்புறம் ஹாஸ்பிடலுக்கு வா."

அவர் சொன்னார்.

"கன்சல்டேசன் அல்ல, டாக்டர். சந்தேகம். ஒரு அம்மாவோட வயித்துல ரண்டு குழந்தைங்க இருந்தா அதுல ஒண்ணு மட்டும் இல்லாம போகுமா?"

அவர் என்னைப் பார்த்து நெற்றியைச் சுளித்தார்.

"யெஸ். அதை வேனிஷ்டு ட்வின் அப்படீன்னு சொல்வாங்க."

அப்போதே அவருடைய மகள் வந்துவிட்டாள். டாக்டர் வேகமாகக் காரில் ஏறினார். கார் பாய்ந்து சென்றது. எனக்குக் குற்ற உணர்வு ஒன்றும் தோன்றவில்லை. என்னுடைய விலை குறைந்த ஆடைகளும் வியர்த்தொழுகிய முகமும் - அவர் அவ்வளவு சொல்வதற்கு மெனக்கெட்டதுதான் பெரிய விசயம். பிறகு கம்ப்யூட்டர், நெட் கனெக்ஷன் எல்லாம் சொந்தமானபோது நான் அதைக் கண்டுபிடித்தேன் - வேனிஷிங் ட்வின் ஸிண்ட்ரோம். என்னுடைய நிரந்தரமான அமைதியின்மைக்குக் காரணம் அப்போதுதான் தெளிவானது. நான் ஒருபோதும் நான் மட்டுமாக இருந்ததில்லை. வெளியே, நான் கொடியில் தொங்கி உஞ்சலாடுபவளாக இருந்தேன். உள்ளே, அவள் தின்று தின்று தீராதிருந்த யட்சிப்பாலையும் அதில் ஆணியடிக்கப்பட்ட நாகங்களை அணிந்தவளும் அவளுக்குள்ளே ஒன்றுகலந்திருந்தாள். அவள் இல்லாமல் போகவில்லை. இருவரில் ஒருவர் இருக்கும்வரைக்கும் இருவரும் இல்லாமல் போகமாட்டோம்.

காக்கசேரி கயாலுதீன் தங்ஙளுடன் நான் கபர் இருக்கும் இடத்தைப் பார்ப்பதற்காகச் சென்றது இரண்டாயிரத்துப் பத்தொன்பது செப்டம்பர்

ஒன்பதாம் தேதி. அடுத்த நாள் உத்திராட நட்சத்திரம் (ஓணத்தின் ஒன்பதாவது நாள்). அப்பாவின் வீட்டிற்குச் சென்றேன். அடுத்தநாள் திருவோணத்திற்கு சேர்ந்து உண்பதற்காக வழக்கம் போல அம்மாவும் வந்துசேர்ந்தார். சாப்பிட்டதும் எப்போதும்போல நான் அம்மாவுடன் சென்றேன். அவிட்டத்திற்கு அண்ணனும் மீனா அக்காவும் குழந்தைகளும் அப்பாவும் அம்மாவின் வீட்டிற்குப் பகல் உணவுக்கு வந்தனர். விருந்து சாப்பிட்டுவிட்டு அத்வைத்தையும் கூட்டிக்கொண்டு அவர்கள் மகாபலிபுரத்துக்குச் சுற்றுலா போனார்கள். நான் அம்மாவோடும் அம்மாவுடைய முப்பத்திரண்டு குழந்தைகளோடும் இருந்தேன். அம்மாவின் புத்தகங்களைத் தூசிதட்டி வைத்தேன். யூனியன் மாநாடுகளின் பிரதிநிதி பேட்ஜுகளில் இருந்த புழுதியைத் துடைத்தேன். ஒன்றிரண்டு புத்தகங்களை வாசித்தேன். நான் வாசிக்கின்ற புத்தகத்தை என்னை வாசிக்கின்ற இன்னொரு ஆளும் சேர்ந்து வாசிப்பதை நினைத்து நான் புல்லரித்துப்போனேன். வாசிக்கும்போது நான் அவனுக்கு வேண்டிச் சிலவற்றை உரக்க வாசித்தேன். சிலவற்றைத் திரும்பவும் வாசித்தேன்.

பதினைந்தாம் தேதிதான் அத்வைத் திரும்பி வந்தான். பதினாறு முதல் வாழ்க்கை பழகிய பாதையிலேயே சுற்றத் தொடங்கியது. இருபத்தி மூன்றாம் தேதியன்று கார் நிறுத்துமிடத்தில் இருந்து நீதிமன்றத்துக்கு நடக்கும்போது அட்வகேட் ஷியாம் கிருஷ்ணனைப் பார்த்தேன். அவர் எனக்கு வணக்கம் சொன்னார். நாங்கள் நலம் விசாரித்துக்கொண்டோம்.

“அந்த கபர் இடத்துக்கான அப்பீல் போனீங்களா?”

நான் விசாரித்தேன்.

“ரண்டு மாசத்துக்குத் தடையாணை கெடச்சிருக்குது.”

“ரண்டு மாசத்த வச்சுக்கிட்டு என்ன செய்யறதாம்?”

நான் சிரித்தேன்.

"அதுவே போதும்னு கட்சிக்காரர் சொல்லிட்டா அப்புறம் நாம சொல்லறதுக்கு என்ன இருக்கு?"

நான் அதற்கு மேலும் கேட்கவில்லை. அட்வகேட் ஷியாம் கிருண்ணன் விடைபெற்றார். சேம்பரை நோக்கி நடக்கும்போது நான் அசௌகரியமாக உணர்ந்தேன். காக்கசேரி தங்ஙளின் மனதை வாசிப்பதற்கு நான் கற்றிருக்கவில்லை. ஆனால், என்னுடைய மனதை வாசிப்பதற்கு அவனால் முடியும். அன்று முழுவதும் என்னுடைய மனதில் அவன் குடியேறினான். நான் அவனைப்பற்றி மட்டுமே சிந்தித்தேன். எதற்காக இருக்கும் அவன் தடையாணை இரண்டு மாதத்துக்குப் போதும் என்று முடிவுசெய்தது? எதற்காக இருக்கும் அவன் என்னைப் பார்க்க வராமல் இருப்பது? என்னுடைய மனதை வாசித்து அவனுக்குப் போதும் போதுமென்று ஆகிவிட்டதா? ஒரு கார் பயணத்தில் வாசித்ததை வைத்தே போதுமென்றாகும் அளவுக்குக் காதல் அற்றதாக இருக்குமோ என்னுடைய மனம்?

ஆனால், அடுத்த நாள் சேம்பருக்குச் சென்றபோது அதோ, என்னுடைய மேசையின்மேல் எட்வர்ட் ரோஸ் மலர்களின் பெரிய ஒரு பூங்கொத்து! அன்று இரவு உறங்குவதற்குப் படுத்திருந்தபோது கூரையின்மேல் மின்னுகின்ற கண்களுள்ள நீலப் பட்டாம்பூச்சி! அதற்குப் பிந்தைய எல்லா நாட்களும் அந்தப் பூச்செண்டு என்னுடைய மேசைக்கு வந்துசேர்ந்தது. எல்லா ராத்திரிகளிலும் அந்த நீலப் பட்டாம்பூச்சி கூரையின் மேலிருந்து எனக்குக் கண்சிமிட்டிக் காட்டியது. ஒருவர் இன்னொருவரிடம் கண்டடைகின்ற பூரணத்துவத்தின் சாந்தி என்னுடைய ஆத்மாவில் நிறைந்தது. கொடியில் தொங்கி ஊஞ்சலாடுகின்றவளுக்கும் முடியிழைகளுக்குப் பதிலாக நாகங்கள் அசைந்தன. ஈட்டி மரத்தில் இருந்து

தேக்கு மரத்திற்கும் தேக்கில் இருந்து வானத்துக்கும் அவள் ஊஞ்சலாடினாள்.

அவனைப் பார்ப்பதற்கு நான் தீவிரமாக ஆசைப்பட்டேன். மனதில் உள்ளதை வாசித்துத் தீர்ப்பதற்கு எஞ்சியுள்ள வரிகள் என்னை அலைக்கழித்தன. இப்படியிருக்கும்போது அக்டோபர் மாதம் வந்துவிட்டது. இரண்டாம் தேதி நான் அம்மாவின் வீட்டிற்குப் போவதற்காகத்தான் தயாரானேன். செலீனாவை அனுப்பிவைத்துவிட்டு வீட்டைப் பூட்டிவிட்டுத் திரும்பினால், கேட்டில் அந்தச் சிவந்த ரோல்ஸ் ராய்ஸ். என்னுடைய கால்கள் நிலத்திலிருந்து உயர்ந்தன. பின்னர் நான் காற்றில் மிதந்தேன். அத்வைத் அவனைப் பார்த்துச் சந்தோசத்தோடு ஓடினான். அவன் அத்வைத்தைச் சுற்றிலும் பட்டாம்பூச்சி மழையும் மலர் மழையும் பெய்யவைத்தான். அவனைச் சிறகின்றிப் பறக்கவைத்தான். தலைகீழாகக் காற்றில் நடக்கவைத்தான். அவன் சிரித்துச் சிரித்துக் குழைந்தான். பின்னர் அவனைத் தூக்கி வைத்துக்கொண்டு எனக்கு நேராகக் கைநீட்டினான். அவனுடைய விரல்முனையில் ஒரு பெரிய எட்வர்ட் ரோஸ் மலர் விரிந்தது. அதை நான் என்னுடைய கூந்தலில் செருகினேன்.

அந்தப் பயணம் இயற்கைக்கு அப்பாற்பட்டதாக இருந்தது. அவன் ஸ்டியரிங்கில் தாளம் போட்டான். கார் மேகங்களுக்கு இடையே உயர்ந்தது. மேகங்கள் வெள்ளியாக மினுங்கின. அவன் ஹார்ன் அடித்தபோது அவை பிரிந்து ஒதுங்கி நின்றன. அவன் ஹெட்லைட்டை எரியவிட்டபோது அவை மஞ்சள் நிறமாகின. அப்புறமும் தாளம் தட்டியபோது நாங்கள் நீல டெய்ஸி மலர்கள் விரிந்த பள்ளத்தாக்கில் இருந்தோம். போகும் வழியெல்லாம் நீலமானது. அது ஹைரேஞ்சிற்குப் போகின்ற சாலையாக இருந்தது. இடையிடையே மழை பெய்தது. மழை வெள்ளம் தங்க நூலிழைகளை நெய்தன.

பாதை தங்கம் பூசிக்கொண்டது. மலைத்தொடர்கள் தங்க வண்ணத்தில் மின்னின. சிறிது நேரம் கழித்து மழை நின்றது. மாலை வெயில் வந்தது. சாலை ரத்தினக்கல் பாவப்பட்டதாக ஆனது. வானத்தில் பறக்கவேண்டுமென்று அத்வைத் ஆசைப்பட்டான். அப்போது நாங்கள் மீண்டும் பறந்தோம். மாலை வெயிலில் வானம் தங்கத்தைப் பூசிக்கொண்டது. காவி நிறமும் சிவப்பு நிறமும் உள்ள மேகங்களுக்கு மேல் அவன் குதித்தாடினான். சீக்கிரமே அவன் தளர்ந்துபோனான். பின் இருக்கையில் உறங்கிவிட்டான். நான் கை நீட்டி ஸ்டியரிங்கைப் பிடித்து அவனுடைய கையைத் தொட்டேன். அவன் குனிந்து என்னுடைய கையில் முத்தமிட்டான்.

“மேடம், உங்க மனசை எத்தனை வாசிச்சும் போதும்னு தோணமாட்டேங்குது.”

அவன் சொன்னான். நான் அவனை எரிச்சலோடு பார்த்தேன்.

“எங்க போயிருந்தீங்க இத்தனை நாளும்?”

நான் கேட்டேன்.

“ஒரு வீடு கட்டிக்கிட்டு இருந்தேன்.”

“நீங்களா கட்டினீங்க?”

“நான். ஒத்தையா. முந்தி எத்தனையோ பேருக்கு வீடு கட்டிக் கொடுத்திருக்கறேன். ஆனா, எனக்கு வேண்டி நான் முதன்முதலா ஒரு வீடு கட்டிக்கிட்டு இருந்தேன்.”

“கேஸ் என்னாச்சு?”

“அடுத்த மாசம் வரைக்கும் டைம் இருக்குது.”

அவன் சிரித்தான். மலை உச்சியில் வானத்தை நோக்கி நீண்டு நிற்கின்ற ஒரு பாறையின் சரிவில் விரிந்த காளான் போன்ற ஒரு வீட்டிற்குத்தான்

அவன் கூட்டிச்சென்றான். அதுதான் அவன் கட்டிய வீடு. ஒற்றை வெள்ளை பளிங்குக் கல்லால் ஆனதாக இருந்தது அதன் முகப்பு. இதென்ன தாஜ்மகாலா என்று நான் கிண்டலடித்தேன். அவன் வாயிலில் செதுக்கி வைத்த பெயரைச் சுட்டிக் காட்டினான் - பாவனா. நான் ஆடிப்போனேன். என்னுடைய கண்கள் நிறைந்தன. காட்சி மங்கியது. அது ஒரு கண்கட்டு வித்தைதான் என்று நம்புவதற்கு முயற்சித்தேன். நான் தோற்றுப்போனேன். பயந்தவளானேன். எதற்காக அவன் வீட்டுக்கு 'பாவனா' என்று பெயர் வைத்தான்? அது அவனுக்குப் பிடித்தமான சொல்லாக மட்டும் இருக்குமோ? அதுவும் ஒரு கண்கட்டு வித்தையாக இருக்குமோ? அந்த வீட்டுக்கு ஐந்து படுக்கை அறைகள் இருந்தன. எதற்காக இத்தனை படுக்கையறைகள் என்று நான் குழப்பினேன். 'தேவைப்பட்டதென்றால்' என்று அவன் சிரித்தான். அவன் எங்களுக்கு உணவு சமைத்தான். நான் அந்த வீட்டில் ஒன்றுவிடாமல் அரித்தெடுத்தேன். அவனுடைய ரகசிய வாழ்க்கைக்குரிய ஆதாரங்களைத் தேடினேன். வெளியே ஒன்றும் இல்லை என்று அவன் என்னைப் பரிகசித்தான். உள்ளே உள்ளதை வாசித்துக்கொள் என்று சவால்விட்டான்.

அத்வைத் சாப்பிட்டவுடன் உறங்கிவிட்டான். நாங்கள் வீட்டில் இருந்த விளக்குகளை அணைத்து விட்டு வராண்டாவில் வந்து அமர்ந்தோம். கண்ணுக்கெட்டாத தொலைவு வரை இருட்டாக இருந்தது. வெட்டுக்கிளிகளின் டஃப் முட்டு* இசை பெருகிப் பெருகி வந்தது. கேட்டை ஒட்டியிருக்கும் புங்கமரத்தில் குடியேறிய லட்சக்கணக்கான மின்மினிகள் மின்னின. இலைகளுக்குப் பதிலாகத் தங்கச் செதில்கள் உள்ள மரமாக அது மாறியது. காற்றில் மரம் ஆடியபோது தங்கப் பிடரிமயிர் உள்ள அரபிக்குதிரை குதிக்கிறதென்று நான் திகைப்புற்றேன்.

★ இஸ்லாமியர்களின் ஒருவகைப் பறையிசைக் கலை.

கண்கட்டு வித்தையோ என்று நான் சந்தேகப்பட்டேன். ஆனால், அப்படியிருக்கவில்லை. காரணம், அவன் என்னைக்காட்டிலும் மதிமயங்கிக் கிடந்தான். அது என்னுடைய கண்கட்டு வித்தையோ என்று அவனுடைய மனம் கேட்டதை நான் வாசித்தேன். அதுதான், அவனுடைய மனதில் நான் முதன்முதலாக எழுத்துக்கூட்டி வாசித்த முழுமையான வாக்கியம்.

அதன்பிறகு எந்தச் சிரமமும் இருக்கவில்லை. நான் அவனுடைய முழு மனத்தையும் வாசித்தேன். தொடக்கம் இனிமையாக இருந்தது. பாப்லோ நெரூடாவையும் ஹெம்மிங்வேயையும் ஜலாலுதீன் ரூமியையும் வாசிப்பது போல. போகப்போக மொழி மாறியது. வார்த்தைகள் மாறின. உணர்வுகள் மாறின. அவனுடைய மனம் சாதத் ஹசன் மண்டோவின் கதைகளாக மாறியது. எனக்கு வலித்தது. சில பக்கங்கள் என்னுடைய கண்ணீர் விழுந்து நனைந்தன. சில பக்கங்கள் என்னுடைய கண்களை எரித்தன. கடைசி பக்கத்துக்கும் முந்தைய பக்கத்தில் நான் வாசிப்பதை நிறுத்தினேன். உடன்பிறப்பைக் கர்ப்பத்திலேயே தின்றுதீர்த்த என்னுடைய மிதமிஞ்சிய குற்ற உணர்வு படமெடுத்தது. நான் மன்னிப்புக் கேட்க விரும்பினேன். அப்போது அவன் என்னுடைய நெஞ்சின்மீது சாய்ந்து கிடந்து உடைந்து அழுதான். அது என்னுடைய இதயத்தைத் தகர்த்தது. நான் அவனுக்காக அடிமுதல் முடிவரை தங்கம் பூசிய மரமானேன். நட்சத்திரங்கள் பூத்த வனமுல்லையானேன். நிலவொளியின் நதியும் மின்மினிகளின் மலர்வனமும் ஆனேன். தீ உமிழ்கின்ற டிராகனாகவும் உலையில் உருகிய தங்கமாகவும் ஆனேன். எத்தனை வாசித்தும் தீராத புத்தகமாக அந்த இரவு நீண்டது. காலையில் அவன் கண்கட்டு வித்தையைத் தொடங்கினான். மலர்களின் மழையும் பட்டாம்பூச்சிகளின் வசந்தமும். நண்பகலுக்கு நிலவொளியும் மலர்களில் பறந்து இறங்குகின்ற நட்சத்திரங்களும். நீலநிறக் கண் உள்ள

வெள்ளிப் பறவைகளும் பவளக்கண் உள்ள தங்க நாகங்களும். அப்புறம், காற்று, குளிர்ச்சி, மதிமயங்கச் செய்யும் நறுமணம்.

அடுத்தநாள் மாலையில் நாங்கள் மலையிறங்கினோம். காரில் ஏறியதும் அத்வைத் உறங்கிவிட்டான். பின்னர் நாங்கள் ஒருவரையொருவர் மனதை வாசிப்பதும் சிரிப்பதுமாக இருந்தோம். சிவந்த பூக்கள் விரித்த சாலையில் தரையைத் தொடாமல் ரோல்ஸ் ராய்ஸ் ஓடியது.

“இனி எப்ப பார்க்கறது?”

நான் கேட்காமல் கேட்டேன்.

“நவம்பர் ஒன்பது அன்னைக்கு.”

அவன் சொல்லாமல் சொன்னான்.

“அப்புறம்?”

நான் கேட்காமல் கேட்டேன். அவன் மனதின் அந்தத் தாளை என்னை வாசிக்கவிடாமல் மறைத்துப் பிடித்தான். நான் அதைப் பிடித்து இழுக்க முயற்சித்தேன். அவன் குறும்போடு அதை ஒளித்து வைத்தான். அந்த இரவு நானும் அத்வைத்தும் தனித்து இருக்கவில்லை என்று தோன்றியது. குடியிருப்பில் அவன் இருந்தான். என்னுடைய கூந்தலிலும் உடலிலும் விரல் முனையிலும் அவன் இருந்தான். இதயத்திலும் கருப்பையிலும் அவன் இருந்தான். அடுத்தநாள் நான் அரைமனதோடுதான் நீதிமன்றத்துக்குப் புறப்பட்டேன். சேம்பருக்குள் நுழையும் முன்பே எட்வர்ட் ரோஸின் நறுமணம் என்னை வரவேற்றது. நான் விழிப்புற்றேன். மேசையின்மேல் ஒரு டெரக்கோட்டா ஃபிளவர்வேஸில் நூறு மலர்கள் என்னைப் பார்த்துப் புன்னகைத்தன. ஒரு பூ போதாதா என்று நான் சங்கடப்பட்டேன். இரவில் மேற்கூரையில் ஒரு நூறு

பட்டாம்பூச்சிகள் வந்தன. ஒன்று போதாதா என்று நான் பெருங்களிப்புற்றேன். பின்னர் எல்லா நாட்களும் சேம்பருக்குள் நுழையும்போது மேசையின்மேல் பூக்கள் மலர்ந்திருந்தன. எல்லா இரவுகளிலும் என்னுடைய படுக்கையறைகளில் கண் சிமிட்டிச் சிரிக்கின்ற நீலப் பட்டாம்பூச்சிகள் பறந்தன. அவ்வப்போது என் மனதில் ஏறி உட்கார்ந்து ஒருத்தன் கவிதை சொன்னான். நான் அவனைச் சிறையிலடைத்தேன். எனக்குள்ளே அவன் சிக்கிக்கிடந்தான். ஒன்பதாம் தேதிக்காக நான் காத்துக்கிடந்தேன். ஒன்பதாம் தேதி வழக்கத்தைவிடப் பிரகாசத்தோடு பிறந்தது.

நான் சீக்கிரமாகவே விழித்துக்கொண்டேன். மிகுந்த அவசரமும் பொறுமையின்மையும் தோன்றின. அத்வைத்தை எழுப்பி, குளிக்கவைத்தேன். பேட்மிட்டன் வகுப்பிற்கு மஞ்சுவுடன் அனுப்பிவைத்தேன். உயர்நீதிமன்றம் காலக்கெடு விதித்து ஆணையிட்ட ஒரு வழக்கு இருந்தது. விடுமுறையாக இருந்தாலும் வேலைக்கு வரச்சொல்லி ரோஸிக்கு உத்தரவிட்டிருந்தேன். பையையும் சாவியையும் எடுத்துக்கொண்டு வெளியே வந்தபோதுதான் கேட்டின் முன்னால் ஒரு கார் வந்து நின்றது. அப்பாவும் அவருடன் மூன்று பேரும். "செகண்ட் சாட்டர்டேயிலகூட உனக்கு சிட்டிங் உண்டா?" என்று கேட்டுக்கொண்டு அப்பா உள்ளே வந்தார். என்னுடைய அவசரத்தைப் பார்த்து, அதிகப்படியான அறிமுகவுரை எதுவுமின்றி அவர்கள் வந்த விசயத்தைச் சொன்னார்கள்:

"காக்கரக்குன்னு தேவி கோயிலச் சீரமச்சு கும்பாபிஷேகம் நடத்தப்போறோம். அன்னைக்கு நடக்க இருக்கற சர்வசமய மாநாட்டுல சிறப்பு விருந்தினரா மேடம் கலந்துக்கணும். இந்தக் கோவில் மத்த கோவில்கள் மாதிரியல்ல, எல்லா மதத்துக்காரங்களுக்கும் அனுமதியுண்டு."

“மகளே, உனக்கு இந்தக் கோவில் எதுன்னு தெரிஞ்சுதா?”

அப்பா குறுக்கிட்டார்.

“யோகீஸ்வரன் மாமாவப்பத்தி அப்பா முந்தியே உன்கிட்டச் சொன்னது ஞாபகம் இருக்கா? கேட்டீங்களா வர்மா சார், பழங்காலத்துல எங்களோட குடும்பத் தலைவர்கள் வயசாயிட்டா காசிக்குப் போவாங்க. ஒண்ணு, போகிற வழியிலேயே செத்துப்போவாங்க. இல்லாட்டி, அங்கபோயி இருந்து செத்துப்போவாங்க. போயிட்டுத் திரும்பி வந்த ஒரே ஒரு மாமாதான் உண்டு. அவருதான் யோகீஸ்வரன் மாமா. மாமா போயி அஞ்சு வருசம் கழிச்சு ஒருநாள் மூத்த மருமகன் காலையில எழுந்து முகம் கழுவிட்டுப் பார்க்கிறபோது வாசல்ல நிக்கிறாரு, மாமா. அவருகூட தேவிகள மாதிரி ரண்டு பெண் பிள்ளைங்க இருந்தாங்க. பெரிய மாமாவுக்குக் கால் கழுவிவிட்டுட்டுப் பிள்ளைங்களோட காலக் கழுவலாம்னு பார்க்கும்போது என்னாச்சுன்னா, பிள்ளைங்களோட கால் தரையத் தொடல. ரண்டு பிள்ளைங்களையும் கூட்டிவந்து கன்னி மூலையில கொரண்டிப்பலகையப் போட்டு உட்கார வச்சாரு. இவங்களுக்கு ஏதாச்சும் சாப்பிடக் கொடுக்கணுமில்லையா. அப்ப அவங்க சொன்னாங்க - தீயும் மழையும் தொட்டத நாங்க சாப்பிடமாட்டோம்! யோகீஸ்வரன் மாமா இளநீர் கொண்டுவர ஓடினாரு. கைக்கு ஒரு இளநீரோட வந்தபோது பிள்ளைங்க இருந்தாங்களா அங்க? ரண்டுபேரையும் காணோம். ‘மூத்தவளே இளையவளே’ன்னு சத்தம்போட்டுக் கூப்பிட்டாரு. கூப்பிட்டது மூத்தவளுக்குக் கேட்டது நம்மளோட பனய்க்காட்டுக் காவுக்குள்ள இருந்த யட்சிப்பால மரத்துல. இளையவளுக்குக் கேட்டது ஒரு ஐம்பது காத தூரத்துல இருந்த ஜோனகனோட வீட்டுல இருந்த கொப்பரைக்கு அடியில. அன்னைக்கி

கொப்பரைக்கு அடியில உட்கார்ந்துட்டுக் கூப்பிட்டதக் கேட்ட தேவிதான் காக்கர தேவி.”

என்னுடைய இதயம் துடித்தது.

“அப்போ யோகீஸ்வரன் மாமா?”

நான் கேட்டேன்.

“அந்தக்காலத்துல பதினாறு கட்டு வீடல்லவா. நடு முற்றத்துல ஒரு குழி இருந்துச்சு. காலு தடுக்கி விழுந்துட்டாரு. யாரும் பார்க்கல. அப்படி யோகீஸ்வரன் மாமா சமாதியாயிட்டாரு.”

அப்பா உறுதியாகச் சொன்னார். எனக்கு அப்போது அம்மாவின் சொற்கள் நினைவுக்கு வந்தன. ‘பார்க்கிறேன்’, ‘நான் சொல்கிறேன்’ என்றெல்லாம் சொல்லி அவர்களை அனுப்பிவைத்தேன். அவசரமாக நான் நீதிமன்றத்துக்குப் புறப்பட்டேன். இதயம் துடிப்பறை கொட்டியது. எங்கே என்னுடைய கண்கட்டு வித்தைக்காரன்? எப்போது எப்படி அவன் என் முன்னால் தோன்றுவான்? விடுமுறை நாளாக இருந்தாலும் சேம்பரில் எட்வர்டு ரோஸ் மலர்களின் வசந்தத்தைத்தான் நான் எதிர்பார்த்திருந்தேன். ஆனால், அங்கு சென்றபோது, வசந்தம் போய்விட்டது. ஒரு மலர்கூட இல்லை. என்னுடைய மனம் உடைந்துபோனது. டெரக்கோட்டா பிளவர்வேஸ் வாய் பிளந்து நின்றது. அது ஒரு சிறிய கல்லறையாக இருந்தது. அன்றுதான் நான் அதைக் கவனித்தேன். ஏதோ ஒன்று அதில் கபர் அடக்கம் செய்யப்பட்டிருந்தது. இனம்புரியாதவொரு பீதியின் குழவிக்கல் இதயத்தின் சுவர்களில் சுழன்றிடித்தது. நான் நொந்து துடித்தேன்.

அந்த நேரத்தில் அட்வகேட் கிருஷ்ணகுமார் உள்ளே வந்தான்.

“பாவனா அக்கா, குட் மானிங்...”

“குட் மானிங் கிருஷ்ணா. விடுமுறையிலுங்கூட என்ன காலைலயே?”

நான் மகிழ்வதுபோல் நடித்தேன்.

“நான் குவார்ட்டஸ்குப் போகலாம்னு புறப்பட்டேன். அப்பத்தான் அக்காவோட கார் இந்தப்பக்கம் திரும்பறதப் பார்த்தேன்.”

அவன் ஒரு சிறிய அழைப்பிதழை நீட்டினான்.

“சின்னதா ஒரு வீடு கட்டியிருக்கேன். அதோட பால் காய்ச்சல். அடுத்த ஞாயிற்றுக்கிழமை. கண்டிப்பா வரணும். பையனையும் கூட்டிட்டு வரணும். லொக்கேஷன் பிளான் கார்டுல பின்னாடி இருக்கு. இங்கிருந்து ஒரு அஞ்சு கிலோமீட்டர்தான்..”

“நிச்சயம் வருவேன்.”

நான் வாக்குறுதி கொடுத்தேன். தொடர்ந்து கிருஷ்ணன் அதையும் இதையும் பேசிக்கொண்டிருந்தான். மலராதிருந்த மலர்கள்தான் என் மனதில் இருந்தன. என்ன நடந்தது? மகேந்திரஜாலம் முடிஞ்சுபோச்சா? ஜின்கள் வேறு எங்காவது பறந்துபோய்விட்டனவோ. காக்கசேரி கயாலுதீன் தங்ஙளுக்கு என்னுடைய மனதை வாசித்துத் திகட்டிப்போய்விட்டதா?

“கிருஷ்ணா, உங்களோட அந்த கபர் கேஸ் என்னாச்சு?”

நான் திடீரெனக் கேட்டேன். அவன் சட்டென உற்சாகமடைந்தான்.

“ஹைகோர்ட்ல நாம ஜெயிச்சிட்டோம் பாவனாக்கா.”

“ஜெயிச்சிட்டோம்னு சொன்னா?”

“ஆடிட்டோரியத்தோட அடிக்கல் நாட்டுவிழா என்னோட வீடு பால் காய்ச்சறதுக்கு அடுத்த நாள்தான்.”

நான் திகைத்துப்போனேன்.

"அப்போ அங்க இருந்த கபர்?"

"ஓ, அங்க அப்படி கபர் எதுவும் இல்லையே, ஒரு நம்பிக்கை, அவ்வளவுதான்."

"இல்ல, அந்த கபர்ல அடக்கம் செஞ்சது யாரைன்னு சொன்னாங்க?"

"அது காக்கசேரியோட உறவுக்காரங்க யாருமல்ல, அக்கா. அந்த ஏரியாவுல இருந்து முதன்முதலா இஸ்லாம் மதத்த ஏத்துக்கிட்ட ஒரு காரணவர் இருந்தாரு. அவரு மதம் மாறித் திரும்பி வந்தபோது மருமகனுங்களும் குழிவெட்டி மூடீட்டாங்க. கேட்டவங்ககிட்டையெல்லாம் மாமா காசிக்குப் போய்ட்டார்ன்னு சொன்னாங்க. விடியக்காலையில நடுமுற்றத்துல குழி தோண்டுறத பனைமரத்துல கள் இறக்க ஏறின ஒருத்தன் பார்த்துட்டான். அந்த ஆளு அதை வயலுக்கு வேலைக்கு வந்த கூலிக்காரங்ககிட்டச் சொன்னாரு. அவங்க சொல்லிக் கேட்டு தங்ஙள்களோட மூதாதை அதத் தெரிஞ்சுக்கிட்டாங்க."

"தங்ஙள்களோட மூதாதைன்னு சொன்னா?"

"அந்த ஆளு ஒரு ஜோனகர். துருக்கியில இருந்து வியாபாரத்துக்காக வந்தவர். அவரோட அழகப் பார்த்து இந்த மாமா குடும்பத்துல இருந்த ஒரு நாயர் பொண்ணு மதம் மாறி அவருகூடப் போயிட்டாங்க. நாயருங்க அப்ப பிரச்சன பண்ணுனாங்க. ஆனா, ராஜா துருக்கிக்கார தாத்தா பக்கம்தான் நின்னாரு. அந்தச் சமயத்துலதான் காரணவரும் மதம் மாறித் திரும்பி வந்தாரு. மாமாவ குழியில போட்டு மூடின விவரம் தெரிஞ்சு இந்தத் துருக்கிக்காரரோட மனைவி அழுதாங்க. துருக்கிக்காரர் ராஜாகிட்டச் சொல்லி குழியத் தோண்டி மையத்து *(பிணம்)* வெளிய எடுத்து இஸ்லாமிய முறைப்படி பொதச்சாங்க. அதுதான் இந்த பிரச்சினைக்குரிய கபர்."

கண்கட்டு வித்தையோ என்று தெரியவில்லை, பூமி சற்று குலுங்கியது. நான் நிலைதடுமாறினேன். இருந்தாலும் முடிந்தவரை இயல்பாகக் கேட்டேன்.

"கேஸ்ல உங்களோட எதிர்க்கட்சிக்காரர் - அந்த ஆர்கிடெக்ட் - எங்கே?"

"ஐயோ, அக்கா, அது ஒரு ட்ராஜிடி ஆகிப்போச்சு. அந்த ஆளு எதோ இடிஞ்சுபோன பழமையான நினைவுச்சின்னத்தப் புதுப்பிச்சுக் கட்டறதுக்காகப் போனாரு. ஒரு தூண் அப்படியே பெயர்ந்து தலையில விழுந்துருச்சு."

ஒரு பெருமூச்சோடு கிருஷ்ணகுமார் தொடர்ந்தான்:

"கிட்டத்தட்ட ஒரு மணி நேரந்தான் ஆச்சு - பிரெய்ன் டெத் ஆயிடுச்சுன்னு தோணுது."

வானம் இடிந்தபோது ஒடிந்து விழுந்த வானவில்லாக இருக்கவேண்டும், என் கண்களைக் குத்தியது. நான் கண்களை மூடித் திறந்தேன். சூரியன் அணைந்திருந்தது. சுற்றிலும் இருட்டை மட்டுமே பார்த்தேன். ஒரு மின்மினிப் பூச்சிகூடத் தென்படவில்லை. கிருஷ்ணகுமார் விடைபெற்றுச் சென்றான். ரோஸி உள்ளே வந்தார். இடிந்துகொண்டிருந்த வானத்தின் அடியில் நான் அசைவின்றி உட்கார்ந்திருந்தேன். மேகங்கள் உடைந்துடைந்து விழுந்தன. நானும் அத்வைத்தும் காக்கசேரி தங்களும் தொட்டுத் தழுவிய மேகங்கள். 'பாவனா' என்ற வீட்டைக் கட்டிய பளிங்குக் கல் போன்ற தூய வெள்ளை மேகங்கள். பறந்து போன பறவைகளின் ரத்தத்தில் புரண்டு சில மேகங்கள் சிவந்திருந்தன. சிதறிப்போன வானவில்லில் மோதிப் பலதும் சிதைந்திருந்தன. கனமான எதுவெதுவோ ஒன்றன்பின் ஒன்றாக எனது நெற்றியின் மேலேயே விழுந்துகொண்டிருந்தன. வானத்தின் மினார்கள், மேகங்களின் தூசி துப்புகள், நட்சத்திரங்களின் கங்குகள்,

சூரியனின் பிளவுகள், சந்திரனின் துண்டுகள். அப்புறம், வெள்ளி மரங்களின், தங்க இலைகளின், நீலச்சிறகுள்ள பட்டாம்பூச்சிகளின், மஞ்சள் சிறகுள்ள பறவைகளின், பாதங்கள் நிலத்தில் பதியாத பெண் பிள்ளைகளின் - கசங்கிய வாடையும். நான் அம்மாவைப் பார்க்க ஆசைப்பட்டேன். அம்மாவின் முப்பத்தியிரண்டு குழந்தைகளில் ஏதாவது ஒன்று இவற்றுக்கு அடியில் இருந்து என்னைத் தோண்டி எடுக்கும் என்று நம்பினேன்.

நான் மேசையின்மேல் தலை சாய்த்துக் கிடந்தேன். யாரோ உள்ளே வந்தார்கள். எதையோ மேசையின்மேல் வைத்தார்கள். தலையை நிமிர்த்துவதற்குச் சக்தி இருக்கவில்லை. இடிந்து உதிர்கின்ற வேதனை எனக்குள் நிறைந்திருந்தது. அடிவயிற்றில் இரண்டு கருக்கள் ஒன்றுக்கொன்று வேனிஷிங் ட்ரிக் கற்பிக்கின்றனவென்று நான் பயந்தேன். மெதுமெதுவாக என்னைச் சுற்றிலும் எட்வர்ட் ரோஸ் மலர்களின் வாசனை பரவியது. இருந்தாலும் நான் கண்களைத் திறக்கத் துணியவில்லை. கண் திறந்தால், கண்கட்டுவித்தை அழிந்துபோய்விட்டாலோ?

வாழ்க்கையில் முதன்முதலாக, இன்னொருவரின் இல்லாமையில் நான் பரிபூரணத்தை அனுபவித்தேன்.